பெண்மை எங்கும் வாழ்க

தனுஷ்கோடி ராமசாமி

நியூ செஞ்சுரி புக் ஹவுஸ் (பி) லிட்.,
41-பி, சிட்கோ இன்டஸ்டிரியல் எஸ்டேட்,
அம்பத்தூர், சென்னை-600 098.

Language : Tamil
Penmai Engum Vazhga
Author: **Dhanuskodi Ramasamy**
First Edition: December, 2003
Seventh Edition: June, 2016
Eighth Edition: June, 2017
Copyright: Author
No. of pages: x + 190 = 200
Publisher :

New Century Book House Pvt. Ltd.,
41-B, SIDCO Industrial Estate,
Ambattur, Chennai - 600 098.
Tamilnadu State, India.
email: info@ncbh.in
Online: www.ncbhpublisher.in

ISBN. 978-81-2340-822-4
Code No. A 1235

₹ 75.00

Branches

Ambattur (H.O.) 044 - 26359906 **Spenzer Plaza (Chennai)** 044-28490027
Trichy 0431-2700885 **Pudukkottai** 04322- 227773 **Tanjore** 04362-231371
Tirunelveli 0462-2323990 **Madurai** 0452 2344106, 4374106
Dindigul 0451-2432172 **Coimbatore** 0422-2380554 **Erode** 0424-2256667
Salem 0427-2450817 **Hosur** 04344-245726 **Krishnagiri** 0434-3234387
Ooty 0423 2441743 **Vellore** 0416-2234495 **Villupuram** 04146-227800
Pondicherry 0413-2280101 **Thiruvannamalai** 04175-223449

பெண்மை எங்கும் வாழ்க

ஆசிரியர் : தனுஷ்கோடி ராமசாமி
முதல் பதிப்பு: டிசம்பர், 2003
ஏழாம் பதிப்பு : ஜூன், 2016
எட்டாம் பதிப்பு : ஜூன், 2017

அச்சிட்டோர் : பாவை பிரிண்டர்ஸ் (பி) லிமிடெட்.,
16 (142), ஜானி ஜான் கான் சாலை, இராயப்பேட்டை, சென்னை - 14
☎ : 044 - 28482441

பதிப்புரை

"பெண்மை எங்கும் வாழ்க" எனும் இந்நூலில் புகழ்பெற்ற எழுத்தாளர் **தனுஷ்கோடி ராமசாமி** அவர்கள் எழுதிய பதினோரு சிறுகதைகள் இடம்பெற்றுள்ளன. அவை தரமான இதழ்களில் வெளிவந்தவை. பல கதைகள் பரிசுகள் பெற்றவை. தனக்கென ஒரு உத்தியைக் கையாண்டு கதைகள் பின்னுவதில் தனுஷ்கோடி ராமசாமி அவர்கள் கைதேர்ந்தவர். மனித இதயங்களின் இண்டு இடுக்குகளில் புகுந்து கதைக் கருவைக் கண்டுபிடித்து வடிவமைப்பதில் வல்லவர். அவருடைய சிறுகதைத் தொகுப்புகள் பல வெளிவந்துள்ளன.

இந்நூலில் இடம்பெற்றுள்ள சிறுகதைகள் பெண்மையின் பெருமைகளைப் பேசுகின்றன. மனிதத் தன்மையை மாற்றுக் குறையாமல் காப்பாற்ற வேண்டுமென்று வலியுறுத்துகின்றன. அழகை ரசிக்கும் தன்மையும் நகைச்சுவை உணர்வும் மனிதனுக்கு அமைந்தே தீரவேண்டும என்ற எண்ணம்கொண்ட நூலாசிரியர் உண்மையாளர்களை அழிக்க முயற்சிக்கும் போலிகளைக் கண்டு பொங்கிச் சீறுகிறார். அகங்காரம், அழுக்குணர்வு இல்லாதவர்களாக, அன்பு நிலையிலிருந்து மாறுபடாதவர்களாக அதிகாரிகள் இருக்கவேண்டும் என்பதே அவரது சிந்தனைக் கருவூலத்தின வெளிப்பாடுகள். ஒவ்வொருவரும் பிறருக்கு உதவும் செயல்பாடுடையவர்களாக இருந்தால் மன

அழுத்தம் இல்லாத மனித வாழ்வு வேரூன்றும் என்பதைத் தெளிவுபடுத்துகிறார்.

பாலியல் வியாபாரிகளால் சமுதாயம் பாழ்பட்டுப் போகிறது. நல்ல படைப்பாளர்களால் சமுதாயம் சீர்பெற்று உயர்கிறது. நல்ல படைப்புகள் பெருகினால் நல்ல சமுதாயம் நிலைத்து நிற்கும். நல்ல சமுதாயத்தை நிலை நிறுத்த இதுபோன்ற நல்லநூல்கள் வெளிவர வேண்டும் என்ற உயர்ந்த நோக்கத்தில் எமது பதிப்பகம் இந்நூலை வெளியிட்டு வாசகர்களின் ஆதரவை வேண்டுகிறது.

— பதிப்பகத்தார்

முன்னுரை

அழகு ஈடுபாடு மனித இயல்பு. அழகு ஈடுபாட்டை இழப்பது 'மனித நேசம்' 'மனிதத்தன்மை' இழப்பில் கொண்டு விட்டுவிடும். 'ஒழுக்கசீலர்கள், முற்போக்காளர்களுக்கு அழகு ரசனை, நகைச்சுவை கூடாது' என்று சிலர் ரகசியமாக அடிமனதில் கொண்டிருப்பது பலவீனம். அது மன வக்கிரங்களுக்கும் பிளவுபட்ட ஆளுமைக்கும் இழுத்துச் சென்றுவிடும். சமூகம் கெட்டி தட்டிப் போகவும், போலித்தனங்கள் மலியவும், அது துணை புரியும். போலி வாழ்க்கையும் படைப்புகளும் சொற்களின் வீரியத்தைக் கூழாக்கி மொழி வளத்தைக் குலைக்கின்றன. படைப்புகள் வழி மொழி கூர்மையடைய வேண்டும். மொழியின் வசீகரமும் வீரியமும் கூட வேண்டும். சுதந்திரச் சிந்தனையும் கடும் உழைப்புமே வாழ்வு உண்மைகளைக் கண்டடையும்; பேரழகுகளைப் படைக்கும்.

கலைஞர்கள் உண்மையை நேசிப்பவர்கள். சிலர் கற்பனையாக.... பொய்யாகப் படைத்துள்ளார்கள் எனில்.... அவர்கள் உண்மையை இன்னும் அகண்டதாக... அழகானதாகத் தரிசிக்க முனைந்துள்ளார்கள் என்று பொருள். உண்மையை இன்னும் பெரிய அழகாகக் காண முயற்சிப்பது கற்பனை. உண்மையை அழிக்க முனைவதுதான் பொய்.

உண்மையை நேசிக்க வேண்டும். உண்மையை நேசிப்பது பெரிய தவம். அந்த முயற்சிக்கு அச்சமும் அகங்காரமும் தொலைய வேண்டும். தொடர்ந்த பயிற்சி வேண்டும். உண்மையை நேசிப்பவர்களுக்கே 'உண்மையை' உண்மையாகவே கடைப்பிடிப்பது சாத்தியமாகும். உண்மையை நேசிக்காமல் கடைப்பிடிப்பதாகப் பாவனை செய்பவர்கள்.... உண்மையாளர்களைக் கண்டு பெரிதும் பொறாமை கொள்ளுகிறார்கள். அவர்களை அழிக்க முயற்சிக்கிறார்கள்.

அரசியல்வாதிகள், சமூக விரோதிகள் சட்டம், நீதி ஒழுங்குகளைச் சீர் குலைத்து நாசம் பண்ணுவதாகக் கதைகள், நாடகங்கள், திரைப்படங்கள், தொலைக்காட்சித் தொடர்கள் வருகின்றன. ஆனால் ஆசிரியர்கள், கல்வி அதிகாரிகள், நீதிபதிகள் செய்யும் கொடுங்கொலைகள் நம்மவர்களுக்குத் தெரிவதில்லை. அவர்கள் சட்டத்தைக் காப்பாற்ற மனிதர்களையும் மனிதத் தன்மையையும் கொலை செய்கிறார்கள். அவர்கள் தங்களை நீதியின் காவலர்களாகவே எண்ணி நடமாடுகிறார்கள்.

ஆண் பெண் ஈர்ப்பு பெரு வல்லமையுடையது. பத்து பன்னிரண்டு வயதுகளில் தொடங்கும் ஈர்ப்பும் போட்டியும் அறுபது எழுபது வயதுகளில் கூட இற்று விடாத வீரியத்தோடு உள்ளுக்குள் இயங்குகிறது. மனிதர்களையும் பிரச்சினைகளையும் உள்ளவாறே எதிர்கொள்ளப் பயிற்சிக்க வேண்டும். மனிதன் தன்னை உள்ளவாறே வெளிப்படுத்தி

வாழ்வது நல் ஆரோக்கியமாகும். அதற்குத் திராணி வேண்டும். இயல்பு வாழ்க்கைதான் எளிமையானது. அது பெரும் ஆனந்தம் நல்கக் கூடியது. ஆனால் நுகர்வுக் கலாச்சாரமும் போலித்தனங்களும் அதைப் புரிந்துகொள்ள விடாமல் தடுக்கின்றன.

அதிகாரங்களைக் கையில் வைத்துக்கொண்டு இயல்பாக இருப்பது ரொம்ப கஷ்டம். சின்ன அதிகாரத்தைக் கையில் வைத்திருப்போர் கூட ரொம்ப கள் குடித்த குரங்குகளாகவே திரிகிறார்கள்.

இக்கதைகள் எல்லாமே இந்தத் தளங்களில் தளும்பிக் கொண்டுள்ளன. அல்லது குமுறிக் கொண்டுள்ளன. நகைப்புக்குரிய கோமாளிகள் சிலரை நீக்கிவிட்டால் இக்கதைகளில் வரும் மற்ற ஆண்கள், பெண்கள் அனைவரும் மிகுந்த நேசத்திற்குரியவர்களே. நேசங்களாலேயே உலகம் இன்னும் அழகாகவும் நம்பிக்கைக்கு உரியதாகவும் இருக்கிறது. எவ்வித எதிர்பார்ப்புமின்றி நேசிப்பதும் தவமே. ‘அன்பிற் சிறந்த தவம் இல்லை’ ‘அன்புடையார் இன்புற்று வாழ்தல் இயல்பு’ என்ற பாரதியின் வாக்கைப் புரிந்துகொள்ள முயற்சிக்க வேண்டும்.

முன்னைய சிறுகதைத் தொகுப்புகள் ‘நாரணம்மா’, ‘சேதாரம்’, ‘தீம் தரி கிட’..... கதைகள் அநீதிகள் மீது கோபத்தைக் கொட்டின. ‘வாழ்க்கை நெருப்பூ’, ‘பெண்மை எங்கும் வாழ்க’ தொகுப்புகளில் கொஞ்சம் கோபம் குறைந்துள்ளதா? அதற்கு வாழ்க்கை பற்றிய புரிதல்களும்.... அவற்றை

இயல்பாக எதிர்கொள்ளுவதும் காரணமாக இருக்கலாமா? அக்கிரமங்கள் மீதிருந்த கோபத்தோடு..... அக் கோமாளித்தனங்கள் மீது இப்போது எள்ளல்களும் சேர்ந்துள்ளன.

என் சிறுகதைகளை விரும்பிக்கேட்டு வாங்கி நூலாக்கி வெளியிடும் நமது பெருமதிப்பிற்குரிய நியூ செஞ்சுரி புக் ஹவுஸ் நிர்வாகிகள், தோழர்களுக்கு என் அன்பும் நன்றியும்.

'என் கதைகள் சமூகத்திற்கு நீதி போதிக்க அவதாரம் எடுத்த தர்ம சாஸ்திரங்கள் அல்ல' என்பது போல என்னால் பெருமை பாராட்டிக் கொள்ள முடியவில்லையே' என்று எனக்கு வருத்தம் எதுவுமில்லை. இக்கதைகளில் என் இனிய அல்லது கொடிய அனுபவங்களைப் பாசாங்கின்றிப் பகிர்ந்துகொள்ள முயன்றிருக்கிறேன். கலைப்புனைவுகளையும் தாண்டி அனுபவங்கள் சில வாழ்வு உண்மைகளை வெளிப்படுத்தவே செய்கின்றன.

284, தென்வடல்புதுத்தெரு,
சாத்தூர், 626 203. தனுஷ்கோடி ராமசாமி

பொருளடக்கம்

		பக்கம்
1.	"சகோதரனா தானே?" "இல்லை!"	1
2.	அதிகாரம்	15
3.	முல்லைக் கொடியும் பன்றிகளும்	24
4.	முல்லைக்குத் தேர்	32
5.	பெண்மை எங்கும் வாழ்க!	50
6.	அன்னலட்சுமி பேக்கரி	84
7.	பற்று	105
8.	ரெட்டியார் சத்திரம்	109
9.	புது வீடு	143
10.	தேவதைகள் தழுவினார்கள்	160
11.	காதலோட்டம்	174

"சகோதரனா தானே?"
"இல்லை!"

முழுக்க கிராம மக்கள். கிராம மக்களிலும் கூலிகள். மண்ணாகிப் போயுள்ள வேட்டி, துண்டு, சேலைகளில். சரக்குகள் நிறைந்த மஞ்சள் பைகள் அல்லது சாக்குப் பைகள் கைகளில் அல்லது தோள்களில். ஓலைக் கொட்டான்களில் அடைக்கப்பட்ட சேவுப் பார்சல்கள் வெகு சிலர் கைகளில். பஸ் ஸ்டாண்டும் பார்க்க ஏழ்மையாக நீரற்று வறண்டு கிடக்கும் குளம் போல இருந்தது.

"நம்ம ஊரும் சொந்தக்காரர்களும் கூட இப்படித்தான். . . . பஸ் வர இன்னும் பத்துப் பதினைஞ்சு நிமிஷம் ஆகும்"னு சும்மா நடைபோட்டபோது பச்சைத் தாவணி வெள்ளை ஜாக்கெட்டுகளில் வெள்ளம் தலை வைத்தது. உடனே குளம் நிரம்பத் தொடங்கியது. அங்கே பூத்திருந்த அல்லி, நீலோற்பல மலர்களைத் தோற்கடித்த பெருமையோடு ஒரு தாமரை காட்சி கொடுத்தது.

இவனுக்கு இனிய மூச்சு வந்தது. மனம் முழுக்க ஆறுதல். 'இப்போ பஸ் ஸ்டாண்டு பெருமையைச்

சூடிக்கொண்டுள்ளது' பஸ் வரும்வரை அல்லது அவள் பஸ்ஸில் ஏறும்வரை இந்தத் தரிசனமே போதுமானது. இப்படிப்பட்ட தரிசனங்கள் கிடைப்பதும் அரிதே.

வளம் ரொம்பவும் அழகை வாரிக் கொட்டிவிடுகிறது. 'என்னா. . . . . நெறமா இருக்காள்!' 'ஒளிமயமா. . . இருக்காள்!' 'இப்படிப் பெண்களின் அழகை அள்ளிப் பருகறது. . . எந்த வகையிலேயும் தப்போ. . . . ஒழுக்கக் கேடோ இல்லை. இந்தப் பேரழகை வழிபடாமல் இருப்பதுதான் மனிதக் குற்றம்.'

அவள் ஏறிட்டுப் பார்த்தாள். இவனைத்தான் பார்க்கிறாள். அவள் தூரத்தில் இருந்தாலும் அவள் முகம் மலர்வது தெரிகிறது. இவனுக்குள் அதிர்ச்சி. திடீர் கனவா? அவள் முகத்தில் செழிப்பான புன்னகை. இவனுக்குக் கண், மனசு கூசுகிறது. உடம்பில் சற்று நடுக்கம்.

இவனை நோக்கி வருகிறாள். பக்கத்தில் திரும்பிப் பார்த்துக்கொண்டான். அவள் தேடி வரும்படி வேறு யாரும் இல்லை. அவள் நடை மெலிந்தது. கவிழ்ந்து வந்தாள். பார்த்தாள். புன்னகித்தாள். இவன் வழிந்தான். "என்னை அடையாளம் தெரியாமத்தான் பாத்துக்கிட்டிருக் கீங்களா?"ன்னு அவள் கேட்கிறாள்.

"என்னை வேற யாரோன்னு நெனச்சுக்கிட்டு பேசுறாங்க"ன்னு இவனுக்குத் தோணுது. பேசறதுக்கு ஒண்ணுமே வரல.

"இன்னும் அடையாளம் தெரியலையா?" ரொம்ப அழகா சிரிக்காங்க. நெற்றியும், பொட்டும், கண்களும், கன்னங்களும், சிரிப்பும், நாசியும், நெறமும் கொள்ளையழகு. 'ஆச்சரியமான வாய்ப்பு! ஆனா இவங்க எனக்கு தெரிஞ்சவங்க கெடையாது. பாத்தது கூட இல்லை' முழிச்சான்.

"எங்க வீட்டுக்கு வந்திருக்கீங்களே!"

"சத்தியமா இல்லையே" இவனுக்கு மனசுக்குள்.

"இன்னும் அடையாளந் தெரியலையா?. . . சீதாலட்சுமி!"

"சீதாலட்சுமியா?". . .

"போச்சு. . . . எதுவும் ஒங்களுக்கு நெனவில இல்ல. என்ன சார். . . . இப்படி. . . . மிஸ்டர் நாகரார்ஜனின் மாமா பொண்ணு . . ."

"நீங்களா. . . . ஸாரி! கொஞ்சமும் அடையாளந் தெரியலையே?"

"எப்படி ஒங்களுக்கு என்னைக் கொஞ்சங் கூட அடையாளந் தெரியாமப் போச்சு. . . . ஒங்களப் பார்த்த ஒடனேயே எனக்கு தெரிஞ்சிருச்சு. . . ."

"அன்னைக்கு நீங்க வீட்லே ரொம்ப சாதாரணமா இருந்தீங்க. . . ."

"சாதாரணமா. . . . ன்னா?"

"சேலை . . . . தலை சீவியிருக்கறதில . . ."

“இப்ப. . . . என்ன. . . . பொண்ணு அலங்காரத்திலே இருக்கேனா. . . இல்லை மாறு வேஷம் போட்டுக் கிட்டிருக்கேனா?”ன்னு கேட்டுக்கிட்டே நல்லா சிரிச்சாள்.

“ரெண்டுந்தான்!”ன்னு அவன் சொன்ன ஒடனே பலம்மா சிரிச்சாள்.

“இந்த டிரெஸ் . . . . கொண்டை . . . . யெல்லாம் எங்க ஸ்கூல் சீருடை. . . . முறை. . . .”ன்னு சமாளித்தாள்.

“நானும் எப்படியும் ஒங்கள சந்திச்சு நன்றி சொல்லிரலாம்னு இந்த மூணு மாதமா முயற்சி பண்னேன். பார்க்க முடியல.”

நாகராஜன் இவன் பக்கத்து ஊர்க்காரன். போன மே லீவில் இவங்க வீட்டுக்கு ஆசிரியர் வேலை கேட்டு வந்திருந்தான். இதற்கு முன் இவன் வடக்கே ஒரு ஆதீனப் பள்ளியில் ஆசிரியராக வேலை பார்த்திருக்கிறான். இவன் சிபாரிசை ஏற்று நாகராஜனுக்கு அந்தப் பள்ளியில் ஆசிரியர் வேலை கொடுத்தார்கள்.

நாகராஜன் இந்தக் கோடை விடுமுறையிலும் இவனை வந்து பார்த்தான். பள்ளி, வேலை பற்றிச் சொல்லி வரும்போதே தன் எதிர்கால வாழ்க்கை, திட்டம் பற்றியும் சொன்னான். சீதாலட்சுமி அவன் மாமா மகள். சில ஆண்டுகளாகவே இருவரும் ஒருவரையொருவர் விரும்புகிறார்கள். அவள் தமிழில் எம். ஏ., பி. எட்.,

அவளுக்கு பிரியதர்ஸ்னி மெட்ரிக்குலேஷன் மேனிலைப் பள்ளியில் வேலைக்கு இவன் சொன்னான். இவனை ஒரு நாள் வழியில் பார்த்த நாகராஜன் தன் வீட்டிற்கு அழச்சுக்கிட்டுப் போயிருந்தான். அப்போ அவளைப் பார்த்தது.

அப்போ அவள் ரொம்ப சாதாரண நூல் சேலையை ரொம்ப இயல்பா கட்டியிருந்தாள். அத்தோட அன்னைக்கு இவன் அவளைச் சரியாகப் பார்க்கவே இல்லை. இவனை நாகராஜன் அறிமுகப்படுத்தினதில ரொம்பவே கூச்சமாகிப் போயிட்டான். ‘சிறந்த காந்தியவாதி’ ‘கட்டுப்பாடு மிக்கவர்’ ‘தேசபக்தி மிக்கவர்’ ‘பிறருக்கு உதவுவதையே இன்பமா கொண்டிருக்கிறவர்’ன்னு அடுக்கிக்கிட்டுப் போனான். இதை விட நன்றி தெரிவிக்கிற விதத்தில் நாகராஜனின் தம்பி தங்கை மட்டுமில்லாது அவங்க அம்மாவும் வந்து கும்பிட்டதிலே அவனுக்கு இயல்பு நிலையே போச்சு.

“போகும்போது, வரும்போது நம்மூர் பஸ்ஸிலே ஓங்களப் பாத்திரலாம்ணு நெனச்சேன். . . . முடியவே இல்லை . . . .”

“. . . ம் . . .” சிரிச்சான்.

“அப்புறமா. . . . தெரிஞ்சுக்கிட்டேன். நீங்க இங்கே ரூம் எடுத்து தங்கியிருக்கறத. . . . ஆனாலும் வெள்ளிக்கிழமை சாயங்காலமாவது. . . . திங்கள் கிழமை காலையிலாவது பாத்திரலாம்’னு எதிர்பார்த்தேன். . . .”

பஸ் வந்தது. கூட்டம் இல்லை. இங்கேயெல்லாம் ஆட்கள் அதிகம் ஏறமாட்டாங்க. மிட்டாய்க்கடை நிறுத்தத்திலதான் பஜார்ல வாங்கின சாமான் சட்டு முட்டுகளோட அத்தனை பேரும் ஏறுவாங்க.

பெண்கள் ஏறினார்கள். இவன் பஸ்ஸின் பின் பகுதியில் உட்கார்ந்துவிட்டான். சீதாலட்சுமி எந்திருச்சு "சார் இங்கே வாங்க சீட் போட்டிருக்கேன் . . ."ன்னாள். இவனுக்கு எத்திரிச்சுப் போகக் கூச்சமாத்தான் இருந்தது. அவள் வச்சிருந்த பையை எடுத்துக்கிட்ட பின் அவன் அங்கே உட்கார்ந்தான். எல்லோரும் பார்த்தாங்க. பொருத்தமான ஜோடியாத் தெரிஞ்சது. புது நெறமா வளந்து எடுப்பா இவன். தங்கக்கொடியா அவள். கிராமத்து ஜனங்கள் ரெண்டுபேரையும் மாறிமாறிப் பாத்து அதிசயப்பட்டாங்க.

"பள்ளிக்கூடம் எப்படி இருக்கு"ன்னு விசாரிச்சான். அவள் சந்தோஷமா பெருமையா பதில் சொன்னாள். பஸ் புறப்பட்டது. பஜார் வந்தது. மிட்டாய்க்கடை நிறுத்தத்தில் ஜன வெள்ளம் கரையை உடைத்துக் கொண்டு பஸ்ஸுக்குள் பாய்ந்தது. . . பஸ் புறப்பட்டது. ரயில்வே கேட் அடைத்திருந்தது. பஸ் நின்னது. ரயில் போனது. கேட் திறந்தது. பஸ் புறப்பட்டது. இவங்க ரெண்டு பேரும் சுவாரஸ்யமா பேசிக்கிட்டிருந்தாங்க. இது எதையும் கவனிக்காம பேச்சு மும்முரத்தில் ஈடுபட்டிருக்கும் இந்த நாகரிக மனுஷனும் நவநாகரிக நங்கையும் பட்டிக்காட்டு ஜனங்களுக்கு ரொம்ப அதிசயமா இருந்துச்சு.

“தமிழ்ப்பாடம் நடத்தறதே இன்பம்தான். கரும்பு தின்னக் கூலி மாதிரிதான் தமிழாசிரியரா வேலை பாத்து சம்பளம் வாங்கறது”ன்னாள்.

இவன் புன்னகையோட அவளப் பாத்துக்கிட்டிருந்தான். “அதிலும் ஆண்களும் பெண்களும் சேர்ந்து படிக்கிற பள்ளியிலே. . . பதினொண்ணு, பன்னிரெண்டாம் வகுப்பு பிள்ளைகளுக்கு. . . டீன் ஏஜ் பசங்களுக்கு. . . பாடம் நடத்தறதே ஒரு திரில்லான அனுபவம்தான் சார். . . .”

பதினொண்ணாம் வகுப்பு தமிழ்லே ஒரு அகப்பாடல். தலைவி தலைவன் மார்பிலே படுத்துக்கிட்டு. . . . உணர்ச்சி வசப்பட்டுச் சொல்லுவாள். . . . ‘இந்தப் பிறவி போயி. . . . மறுபிறவி வந்தாலும் நீதான் என் கணவனா வருவே. . . நான்தான் அப்பவும் உன் மார்பை அணைத்து உன் நெஞ்சின் இன்ப உணர்வுகளை அள்ளிநுகர்ரவளாயிருப்பேன். . .’

‘இம்மை மாறி மறுமை ஆயினும்

நீ ஆகியர் என் கணவனை யான் ஆகியர்

நின் நெஞ்சு நேர்பவளே. . . .’

“ரொம்ப அருமையான பாட்டு! பிள்ளைங்க தேன் குடிச்ச மாதிரி கெறங்கிப் போய் கேட்டுக் கிட்டிருப்பாங்க. . . .”ன்னாள்.

"இன்னும் பசங்களை அசத்தியிருக்கலாம்"னு இவன் ஆரம்பிச்சான். "கண்ணதாசன் இந்தப் பாட்டின் உணர்வுகளை சிந்தாமல் அள்ளிப் பெருக்கி இன்றைய தமிழில் அமுதமாகப் படைச்சிருக்கார்..."

"ஓர் இரவினிலே முதுமையை நான் அடைந்து விட்டாலும்

மங்கையுனைத் தொட்டவுடன் மறைந்து விட்டாலும்

மறுபடியும் பிறந்து வந்து மாலை சூடுவேன்...."

"இன்னுமொரு பாட்டு"ன்னு ஜனங்களைப் பாத்துட்டு அவனிடம் சொன்னாள். "தோழி தலைவனிடம் சொல்லுவாள், நானும் என் தலைவியும் சிறுமிகளாக இருந்தபொழுது புன்னைக் கொட்டையை மணலில் அழுத்திக் கண்டுபிடிக்கறது.... திரி திரி பொம்மக்கா.... விளையாடிக்கிட்டிருந்தோம்.... மழை வந்துவிட்டது. உடனே புன்னைக் கொட்டையை மணலில் புதைத்தபடி விட்டுவிட்டு ஓடிவிட்டோம். சில நாட்கள் கழித்து வந்து பார்த்தபோது அங்கு புன்னங்கன்று முளைத்திருந்தது. எங்களுக்கு குடிப்பதற்குக் கொடுத்த நெய்யும் தேனும் கலந்த பாலை அதற்கு ஊற்றி வளர்த்தோம். 'அது உங்கள் தங்கை'ன்னு எங்க அம்மா சொல்லுவாங்க. அந்தத் தங்கைக்கு முன்னாலே இருந்து காதல் மொழி பேச என் தலைவி நாணுகிறாள். ஊர் மன்றில் எவ்வளவோ மரங்கள் இருக்கு. அங்கே வந்து என்

தலைவியோடு பேசலாம்”னு இதிலே நெனச்சு நெனச்சுப் பார்க்க எவ்வளவோ நேர்த்தியான அழகுகள்... பண்புகள் ... வாழ்க்கை.... இருக்கு!”

“இதை விடவும் ஆயிரம் ஆயிரம் மடங்கு நேரிய மனித உணர்வுகளை நம் சங்க இலக்கியங்களில் காணலாம்...”

“ஒரு மலை நாட்டில் தனிக்குடிசை. குடிசைக்கு முன் காய வைத்திருந்த தானியத்தை கானக் கோழி தின்னுவதைக் குடிசைக்குள் இருந்த பருவ மங்கை கண்டுவிட்டாள். கானக்கோழியை விரட்ட வெளியே வந்தாள். இவர்கள் குடிசைக்கு முன் இருந்த பலாமர வேரில் ஒரு பெண் மானைக் கட்டிப் போட்டு வளர்த்து வந்தார்கள். அந்தப் பெண்மானுக்குப் பக்கத்தில் புதிதாக ஒரு ஆண்மான் வந்து நின்றுகொண்டிருந்தது. அந்தப் பெண்மான் அப்படியே உறைந்துபோய் அந்த ஆண் மானை ஏக்கத்தோடு பார்த்துக்கொண்டு நிற்கிறது. கோழிகளை விரட்டுவதற்குக் கல் எடுதது வீசினாலோ பருவம் அடைந்த இவர்கள் மானுக்குப் பக்கத்தில் அதை ஆசையோடு முகர்ந்து சுற்றிச் சுற்றி வரும் கலைமான் பறந்து போய்விடும். தனித்துக் கட்டிப்போடப்பட்டிருக்கும் இந்தப் பருவ மானுக்கு இது போன்ற ஒரு சந்தர்ப்பம் வாழ்வில் வருவது ரொம்ப ரொம்ப அரிது. கல்லெறியாவிட்டால் தினையை முழுவதும் கானக் கோழிகள் தின்றுவிடும். இன்று சமைக்க அதைத் தவிர வேறு தானியம் ஒரு பொட்டுக்கூட வீட்டில்

இல்லை. 'கல் எறிய மாட்டேன்' என்று அந்தப் பருவமங்கை தன் குடிசைக்குள் திரும்பினாள்... என்பது போன்ற மேலான உணர்வுகளைக் காட்டுகிற எத்தனையோ பாடல்கள் உள்ளன".

"சரி நீங்க கணக்கு வாத்தியார்தானே.... எப்படி தமிழ் இலக்கியமெல்லாம்...."

"கணக்கு வாத்தியாரா இருந்தா என்ன.... நான் தமிழன்தானே.... ஒரு தமிழன் தன் இலக்கியத்தை தெரிஞ்சிருக்கறதும்... ரசிக்கறதும் இங்கே ஆச்சரியமான சமாச்சாரமாய் போச்சு."

"எனக்குக் கலித்தொகைதான் ரொம்ப பிடிக்கும். அதிலே மட்டும்தான் கைக்கிளை, பெருந்திணைப் பாடல்கள்லாம் இருக்கு. அது ரொம்ப ரொமாண்டிக்கா இருக்கும்...."

தலைவனைப் பிரிந்திருக்கிற தலைவி சூரியனைப் பார்த்துச் சொல்லுவாள்....'ஏ சூரியனே.... என் தலைவனை இந்தப் பூமி முழுவதிலும் தேடிவிட்டேன். காணவில்லை. ஒருவேளை அவன் கடலுக்குள் ஒளிந்திருப்பானோ.... என்னவோ... அவனைத் தேட உன் ஒளிக்கற்றையிலிருந்து கொஞ்சம் கொடு. அதைக்கொண்டு கடலில் தேடிப் பார்த்துவிடுகிறேன். நீ உன் ஒளிக்கற்றைகள் சிலவற்றைக் கொடுக்கா விட்டால்... என் புறங்காலாலேயே இந்தக் கடல்நீர் முழுவதையும் இறைத்து வற்றடித்துவிடுவேன்...'

"ஏ.... சூரியனே என் தலைவன் எங்கிருக்கிறான் என்பது உனக்குத் தெரியும். நீ சொல்லிவிடு.

இல்லை நான் கண்ணீர் சிந்திவிடுவேன். உலகின் மேலுள்ள கருணையால்தான் நான் கண்ணீர்விடாமல் கட்டுப்படுத்திக்கொண்டிருக்கிறேன். ஏனெனில் என் கண்ணீர்த் துளிகள் இந்தப் பூமியில் விழுந்தால். . . இந்தப் பூமியே சாம்பலாகிவிடும். அவ்வளவு வெப்பம் உடையது என் கண்ணீர். அது காமத்தால் வெந்த உடலில் இருந்து வருவது. . . என்று அடுக்கி அடுக்கிச் சொல்லுவது சூப்பர்" என்றாள்.

"இதை விட யதார்த்தத்தில் கட்டப்பட்டுள்ள ரொமான்ஸ்கள் கலித்தொகையில் நிறைய உண்டு. முல்லைக்கலியிலே தலைவி சொல்லுவாள். 'கொல்லுவதற்குப் பாய்ந்து வரும் காளையின் கூர்மையான கொம்புகளைப் பிடித்து அமுக்கி அடக்குபவன்தான் ஆயர்குலப் பெண்ணின் தோள்கள் இரண்டையும் அணைத்து இன்புற முடியும். கொல் ஏற்றின் கொம்புகளுக்குப் பயப்படுபவன் ஆய மகள் தோளைத் தழுவ முடியாது. . ."ன்னு அவள் சொல்லி வரும்போது இவள் தன்னைச் சுற்றியுள்ளவர்களைச் சுற்றிப் பார்த்து சற்றே கலக்கமடைந்து காணப்பட்டாள்.

அவன் தொடர்ந்தான். . . "காளைகளை அடக்கும் வீரனின் மார்பில் காளைகளின் கொம்புகள் குத்திக் கிளறிய காயங்களில் இரவில் ஆயமகள் தன் பருத்துத் திரண்ட வெப்பமிக்க. . . அதுகளைக்கொண்டு ஒத்தடம் கொடுப்பாள். தன் அதர நீரை அமுதாக அவனுக்கு ஊட்டி மருந்தாகக் கொடுப்பாள். . ." என்று சொல்லி அவளைப்

பார்த்தபோது அவள் மருட்சியால் விழித்தாள். அவன் நிறுத்திக்கொண்டான்.

"உங்களை ஒரு சகோதரனைப் போல எண்ணித்தான் நான் பேசிக்கிட்டு வாரேன்...." என்றாள். அவனுக்கு அதிர்ச்சியாகவும் கொஞ்சம் அசிங்கமாகவும் இருந்தது.

"நீங்களும் அப்படித்தானே...."ன்னாள். இவன் சுற்றிலும் உள்ளவர்களைப் பார்த்தான். எரிச்சலாக வந்தது.

"நீங்களும் என்னை ஒரு சகோதரி மாதிரி எண்ணிக் கொண்டுதானே பேசி வருகிறீர்கள்?"ன்னு மீண்டும் கேட்டாள்.

"இல்லை!"ன்னு ஓங்கிச் சொன்னான்.

அவள் அவனையே பார்த்தாள். பஸ் நாட்டுப்புறச் சாலையில் வருகிறது. சற்றுத் தூக்கித் தூக்கிப் போட்டது. அவள் கண்கள் கலங்கியது. இவன் மெலிதாகப் புன்னகித்தான். மடமடவெனக் கண்ணீர் சிந்தியபடி அவனைப் பார்த்தாள். அவன் அழுத்தமாகப் பார்த்தான். அவள் முன்னிருக்கை மீது முகம் புதைத்தாள். ஜனங்களின் கவனம் முழுக்க அவர்கள் மீது குவிந்தது.

தலையைத் தூக்கி அவனைப் பார்த்தாள். 'தயவுசெய்து 'இல்லை'ன்னு சும்மா சொன்னேன். சகோதரி மாதிரி நெனச்சுத்தான் பேசிக்கிட்டு வாரேன்னு சொல்லுங்களேன்'ன்னு கெஞ்சியது அவளது பார்வை.

'முடியாது. உபச்சாரத்திற்காகக் கூட அப்படி நான் சொல்லமாட்டேன்' என்பது போல நேராக முழிச்சான். மீண்டும் அவள் தலையை சாய்த்துக் கொண்டாள்.

இவன் வெளியில் பார்த்தான். இனிய காற்று வீசிக் கொண்டிருந்தது. வேலிக்கருவேலங் காடுகள் மீது இருள் படர்ந்துகொண்டிருந்தது.

முத்தலாபுரம் கடந்துவிட்டது. அவள் நிமிர்ந்தாள். தன் பையிலிருந்து கைக் குட்டையை எடுத்து முகத்தைத் துடைத்துக்கொண்டிருந்தாள்.

"ஒரு பெண்ணைப் பெண்ணாப் பார்த்துத்தான் பேசுவாங்க. எந்தப் பெண்ணைப் பார்க்கும் போதும் 'இவள் சகோதரி' 'இவள் மச்சினி' 'இவள் பெண்டாட்டி'ன்னு முடிவு பண்ணிக்கிட்டு யாரும் பேசறது இல்லை"ன்னான். அவள் அவனை கூர்ந்து பார்த்தாள்.

"ஆமா. . . . ஆமா. . . ஒங்கள நான் சகோதரி மாதிரி நெனச்சுக்கிட்டுத்தான் பேசிட்டு வாரேன்னு" சொல்லிட்டா நான் உத்தமனாயிருவேனா. . . .? 'இல்லை'ன்னு சொல்லிட்டதால நான் அயோக்கியனா ஆயிட்டேனா? நல்லா நெனச்சுப்பாருங்க. நீங்கதான் எங்கிட்ட வந்து பேசினீங்க. எடம் போட்டுப் பக்கத்திலே வந்து ஒக்கார கூப்பிட்டீங்க. நீங்க. . . . 'அகம்'. . . . 'காதல்'. . . . 'கலித்தொகை'ன்னு பேசினீங்க. நானும் பேசினேன். அவ்வளவுதான். இதில எதுக்கு சகோதரியோ. . . பெண்டாட்டியோ. . .

வந்து தலை நீட்டணும் . . .' 'சகோதரன் மாதிரி நெனச்சுக்கிட்டுப் பேசினேன்' 'சகோதரி மாதிரி நெனச்சுக்கிட்டு பேசினேன்'ங்கறதெல்லாம் பொய்; பலவீனம்; அநாகரிகமானது..."

அமைதியா உட்கார்ந்திருந்தாள்.

"இடுக்கன்குடி எறங்கறவங்க எந்திருச்சிடுங்க" கண்டக்டர் குரல் கொடுத்தார். இவன் எழுந்தான்.

"என்ன . . . . எந்திரிக்கிறீங்க?" அவள் கேட்டாள்.

". . . . ங் . . . . எறங்கப் போறேன்"

"ஏன் . . . . மேட்டுப்பட்டியில் எறங்கினாத்தானே ஓங்களுக்குப் பக்கம்?"

". . . . ம் . . . ."

"பின்னே. . . . ?"

"ஓங்களோட நென்மேனிவரை பயணம் செய்யணுமே . . . . அது பிடிக்கல . . .!"

"இங்கே பாதையே இல்லையே . . . ."

"அறுவடையான நெல் தாளடியில நடந்து போயிரலாம். . . ."

ஆனந்த விகடன் 2-8-98

அதிகாரம்

கடைசியாக எல்.வி.கே. மேனிலைப் பள்ளியில் +2 தேர்வு எழுதும் மாணவர்களைச் சோதனையிட்டு விட்டு திருச்சுளி மேனிலைப் பள்ளி மாணவர்களைச் சோதனை இடுவதற்காக இந்தப் பஸ்ஸில் போய்க்கிட்டிருக்காங்க.

படு மோசமாக மண்டிவிட்ட +2 தேர்வு காப்பியடிப்பு, தில்லு முல்லுகளுக்கு முற்றுப்புள்ளி வைக்க இம்மாவட்ட முதன்மைக் கல்வி அதிகாரி இம்மாவட்டத்தில் கறாரான நேர்மையும் கடின உழைப்பும் கொண்ட தலைமை ஆசிரியர்கள், முதுகலை ஆசிரியர்களைக் கொண்டு பறக்கும் படைக் குழுக்களை அமைத்து மாவட்டம் முழுவதும் உள்ள தேர்வு மையங்களில் அதிரடிச் சோதனையிட்டு தேர்வுத் தில்லுமுல்லுகளை அடியோடு களைய ஏற்பாடு செய்யப்பட்ட குழுக்களில் ஒன்றுதான் இம்மூவரும். அதில் பெரியவர் தலைமை ஆசிரியர் குழுவின் தலைவர். அடுத்தவர் ஆங்கில முதுகலை ஆசிரியர். மற்றவர்தான் இவர். தமிழ் முதுகலை ஆசிரியர்.

கரிசல் காடு வேகமாக ஓடுகிறது. காலை 11 மணிக்கே வேனல் காற்று அறைகிறது. காடு பாளம்

பாளமாக வெடித்துக் கிடக்கிறது. தூரத்தில் கானல் நீர், வெகு தூரத்தில் பருத்தி எடுக்கும் பெண்கள் குளத்திலிருந்து முத்துக்களை அள்ளி அள்ளி மடியில் போட்டுக்கொண்டிருப்பது போல வேனலில் தகதகக்கிறார்கள். தலைமை ஆசிரியர் முகம் இறுகியிருக்கிறது. வேர்வைக்கு மேலே கோபம் மிதக்கிறது.

“நான் எதுவும் தப்புச் செஞ்சிரல. அவர அவமானம் எதுவும்படுத்திரல. அது அவருக்கு அவமானமா தோணுச்சுண்ணா. . . . அதுக்கு நான் என்ன செய்ய முடியும்?”ன்னு தமிழாசிரியர் நிமிர்ந்து உட்கார்ந்திருக்கிறார்.

‘கொஞ்சம் அஞ்சாமலும் நேர்மையாகவும் ஒரு காரியம் செஞ்சுட்டு. . . அப்புறம் அதுக்காக ரொம்பத் தாழ்ந்து போயி மன்னிப்பு கேக்கிற மாதிரி நடக்கறதுதான் நேர்மைய கொலை செய்யற முதல்படி. . .’

‘அவரா ஏதாவது கேட்டா. . . . நான் பதில் சொல்லத் தயார். . .’ ‘சூழ்நிலை அப்படி அமைஞ்சு போச்சு. . .’

“ராமநாதன். . . நீங்க எப்படி அந்த இடத்திலே அப்படி நடந்துக்கிட்டீங்க. . . .?’ன்னே எனக்குப் புரியலே” மௌனத்தை உடைச்சுகிட்டு தலைமை ஆசிரியர் பேச ஆரம்பிச்சது ராமநாதனுக்கு நல்லதாத் தெரிஞ்சது. ஆனா இது மாதிரி தெளிவான பதில் சொல்றதுக்கு வழிவிடாத

கேள்வியை கேட்டா என்ன பதிலச் சொல்றது'ன்னு தொடர்ந்து அவரையே பாத்துகிட்டிருந்தார்.

"அந்த எடத்தில ஒங்க செயல் என்னை ரொம்ப இன்சல்ட் பண்ணிருச்சு. . . . அத விடக் கொடுமை அடுத்து அடுத்து தொடர்ந்து நீங்க ரொம்ப இறுக்கமாகவே இருக்கறது! ராமநாதன் நான் ஒங்கள எவ்வளவோ உயர்வான மனுஷரா மனசிலே நெனச்சுக்கிட்டிருந்தேன். . . ." கோபம் வேதனையில் தோய்ந்த ஆற்றாமையில் தலைமை ஆசிரியர் பேசினார்.

"சார்! நீங்க நல்லா யோசிச்சுப் பாருங்க. நான் அந்தப் பையன்ட சொன்னத. . ." "தம்பீ. . . அவர் நேர்மையான தலைமை -ஆசிரியர் அதனாலதான் உன் மேலே அவ்வளவு கோபப்பட்டுட்டார்'ன்னு தான் சொன்னேன்."

"நீங்க என்னை நேர்மையான தலைமை ஆசிரியர்ன்னு சொன்னீங்க. நான் 'இல்லை'ன்னு சொல்லல. ஆனா என் செயல்ல உள்ள நேர்மையை நீங்க கொஞ்சமும் மனசிலே எடுத்துக்கிடலையே. . ."

அது மாடியிலிருந்த நீண்ட ஹால். நூத்தம்பது பேருக்கு குறையாமல் ஆண்களும் பெண்களும் தேர்வு எழுதிக்கிட்டிருந்தாங்க. 'மட மட'ன்னு மாடியேறி திட்டமிட்டபடி ஆங்கில ஆசிரியர் வடக்கு வாசல் வழியாகவும் தமிழாசிரியர் தெற்கு வாசல் வழியாகவும் தலைமையாசிரியர் நடுவழியாகவும் ஹாலுக்குள் நுழைந்து மாணவர்களைச் சோதனையிடத் தொடங்கினார்கள்.

நுழைந்த ஐந்து நிமிடத்தில் ஹாலின் நடுப் பகுதியிலிருந்து தலைமை ஆசிரியரின் கூச்சல் பெரிசா கேட்டது. மற்ற ரெண்டு பேரும் அந்த இடத்துக்கு ஓடி வந்தாங்க.

வளந்த பையன் மிரண்டுபோய் நிக்றான். இவர் கண்டமேனிக்கு மிரட்டிக்கிட்டிருக்கார். அந்த ஹாலின் மேற்பார்வையாளர் அங்கே வந்து திகைச்சுப் போய் நிக்றார்.

"இவன் பக்கத்திலே நான் வந்து நின்னேன். 'எந்திரிடா'ன்னு கூட நான் சொல்ல ஆரம்பிக்கல. திமிர்பிடிச்ச ராஸ்க்கல். . . . 'மடார்'ன்னு எந்திரிக்கான். சட்டைய தூக்கிக் காட்றான். பேண்ட் ஜிப்பை திறந்து காட்றான் சார்!'ன்னு ஆத்திரத்தில் தலைமை ஆசிரியர் கனன்று கொண்டிருந்தார். தன் நேர்மை உழைப்பெல்லாம் அவன் தன் பேண்ட் ஜிப்பை திறந்து காட்டிய ஒரு நொடியில் தவிடு பொடியாகிவிட்டதைப் போலயிருந்தார். அவனுடைய திறந்து விடப்பட்ட பேண்ட் ஜிப் இன்னும் இழுத்து மூடப்படாமல். . . அவனுடைய வெளிர் நீல ஜட்டி லேசாகத் தெரிந்துகொண்டிருந்தது. 'ஒன்ன இப்பவே ஹால விட்டு வெளியேத்திற முடியும். டீ பார் பண்ணிருவேன். அப்புறம் அஞ்சு வருஷத்துக்கு நீ பரிட்சையே எழுத முடியாம செஞ்சிருவேன். . . என்ன யார்ன்னு நெனச்சுக்கிட்டிருக்கே . . கழிசடைப் பயலே!" ஆத்திரத்தில் தலைமை ஆசிரியர் எகிறிக்கொண்டிருந்தார்.

அவரை அப்படியே அணைச்சு தள்ளிக்கிட்டே போனார் தமிழாசிரியர். "இப்படிப்பட்ட ரோக்குகளை

சும்மா விடக் கூடாது சார்! நான் அவன எந்திரிக்கக் கூடச் சொல்லல சார். படார்ன்னு எந்திரிக்கான். கையிரண்டையும் உயரத் தூக்றான். திமிர் பிடிச்ச நாயி. . . சடார்ன்னு ஜிப்பைத் தெறந்து காட்றான். இப்படிப்பட்ட திமிர் பிடிச்ச ராஸ்கல்களுக்கு பாடம் கற்பிச்சாத்தான் ஒழுங்கே நெலைக்கும். பாத்துக்கங்க. . . ." அவர விட்டுட்டு பையன் கிட்டப் போன தமிழாசிரியர் உரிய நடவடிக்கை எடுப்பார்ன்னு தலைமை ஆசிரியர் எதிர்பார்த்தார். ஆனா அந்தப் பையனை கொஞ்சிட்டு ஒக்காந்து பரிட்சை எழுத சொல்லிட்டு திரும்பி வந்து. . . . ஒடனே ஹாலை விட்டு வெளியேறி அடுத்த எடத்துக்கு போவோம்னு நின்னுட்டார்.

"சார் ஒங்க செயல் ஒங்க அளவிலே ஒங்களுக்கு நேர்மையா தெரியுது. அத நான் இதுவரைக்கும் கொறையே சொல்லலையே"ன்னு தமிழாசிரியர் சொன்னார்.

"நீங்க. . . . 'ஆத்திரக்காரண்டா நீ. . . . நீ நடந்துக்கிட்டது தான் தப்பு'ன்னு சொல்லலை சார். ஆனா ஒங்க செயல் அப்படிச் சுட்டறதாதானே இருக்கு. . . . மிஸ்டர் ராமநாதன்! ஒங்ககிட்டேஇருந்து இப்படிப்பட்ட இண்டீசண்டான பிகேவியரை நான் எதிர்பார்க்கலே. . . ."

"சார். . . இப்பவும் என் நடவடிக்கை தப்பு. . . . ன்னு நான் நெனைக்கலே. ஆனா ஒங்களப் புண்படுத்திட்டேங்கிற வருத்தம் மட்டும் எனக்கு இருக்கு. . . ."

“திரும்பத் திரும்ப நீங்க என்ன கேவலப் படுத்துறீங்க. என் செயல் தப்பு. ஆனா நீங்க ரொம்ப அன்பானவர்’ங்கறது தான் ஒங்க பேச்சோட அர்த்தம். ஐம் சாரி. நீங்க தொடர்ந்து என்னை இன்சல்ட் பண்றீங்க” மேலும் இறுக்கமாகி விலகி ஒக்காந்தார் தலைமை ஆசிரியர்.

“சார் நீங்க எல்லாப் பையன்களையும் எந்திரிக்கச் சொல்றீங்க. கைய உயர்த்தச் சொல்றீங்க. சட்டைப் பை. . . . முதுகு. . . . இடுப்பையெல்லாம் தடவி செக் பண்றீங்க. அப்புறம் பேண்ட் ஜிப்பை தெறக்கச் சொல்லி சோதனை போடுறீங்க. வரிசையா நடக்கறத அந்தப் பையன் கவனிச்சுக்கிட்டான். தனக்கும் அந்தச் சோதனைகள்தான் நடக்குங்கறதால. . . எந்திரிச்சான்... கைகளை உயரே தூக்கினான். பரிட்சை எழுதற அவசர உணர்விலே தன் பேண்ட் ஜிப்பையும் தெறந்துட்டான். இதிலே எந்தப் தப்பும் இல்லை. மத்த யாராக இருந்தாலும் இதை சாதாரணமாகத்தான் எடுத்துக்கிட்டிருப்பாங்க. ஆனா நீங்க ரொம்ப நேர்மையான தலைமை ஆசிரியர். ஒங்களைக் கண்டா ஒங்க ஆசிரியர்கள், மாணவர்கள் பயந்து ரொம்ப மரியாதை குடுப்பாங்க. அதெல்லாம் அந்தப் பையனுக்குத் தெரியுமா? நீங்க தெறக்கச் சொல்றதுக்கு முன்னாலேயே அவன் ஜிப்பைத் தெறந்து காட்டிட்டதாலே. . . . அவன் திமிர் பிடிச்சவனா தெரிஞ்சிட்டான். ஒங்களுக்கு கோபாவேசம்

வந்திருச்சு. அவன் ஒங்கள மாதிரியே நேர்மையான பையனா இருக்கணும். ஆகையினாலேதான் சோதனை வேகமாக முடியட்டுமேன்னு அப்பிடிச் செஞ்சுட்டான்."

"வாஸ்த்தவம்தான். ஆனாலும் நீங்கள் என்னை அந்தப் பக்கம் வேகமாகத் தள்ளி விட்டுட்டு ஓடிப்போய் அந்தப் பையனை கட்டிப் பிடிச்சதும். . . கன்னத்த தடவுனதும். . . . தலை மயிரை கோதிவிட்டதும். . . . என் செயலை ரொம்ப சிறுமைப்படுத்தறதாயிருந்தது. . . . நானேகோபத்திலே சத்தம் போட்டிருந்தாலும் என்னையில்ல நீங்க சப்போர்ட் பண்ணியிருக்கணும்.... அப்படி சப்போர்ட் பண்ணாட்டாலும் கூடப் பரவாயில்ல. அப்பிடிப் போய் அந்தப் பையனைக் கொஞ்சுனா என்ன அர்த்தம்?"

"சார் இன்னைக்கு இயற்பியல் தேர்வு. கெட்டிக்காரப் பையனா இருந்தா கூட தடங்கல் இல்லாம மூணு மணி நேரம் முழுசா எழுதினால்தான் எல்லாக் கேள்விகளுக்கும விடை எழுதி முடிக்க முடியும். அந்தப் பையன் முகத்தைப் பார்த்தா நல்ல பையனாகவும் கெட்டிக்காரப் பையனாகவும் எனக்குத் தெரிஞ்சுது. ஏற்கனவே நீங்க போட்ட சத்தத்திலே அஞ்சு நிமிஷம் அவனுக்கு வீணாப் போயிடுச்சு. . . . கூச்சல் போட்ட அதிர்ச்சியிலே அவன் நார்மல் நிலைக்கு வர இன்னும் பத்து பதினைஞ்சு நிமிஷம் ஆயிடுச்சுன்னா. . . . அவன் வாழ்க்கை பாழாயிடுமே. ஒங்களுக்குத் தெரியாததில்லை. +2

தேர்வின் ஒரு மார்க் கூட இல்லே. . . . கால் மார்க்கிலே கூட அவனுக்கு கெடைக்க வேண்டிய மெடிக்கல் சீட்டோ. . . எஞ்சினியரிங் சீட்டோ கெடைக்காமல் போயிரலாம். . . அதனாலதான் அவன ஓட்னே அணைச்சு ஒக்காரவச்சு. . . .' 'அதையே நெனச்சுக்கிட்டிருக்காதே. . . 'எழுது'ன்னு அவன் கன்னத்திலே தட்டிக்கொடுத்து' எழுது ராஜா. . . பெரியவர் தன் கடமைக்காகத்தான் கூச்சல்போட்டார். பெரியவர் நல்லவர். நீயும் ஒரு தப்பும் செஞ்சுரல. நீ கவனமா ஒங் கடமையைப் பார். எழுது கண்ணு'ன்னு அவன் தலைமுடியை கோதிவிட்டுட்டு. . .' வர்ரேன்'னு சொல்லிட்டு ஓடனே அந்த எடத்திலேயிருந்து புறப்பட்டேன். அந்த மாணவனின் வாழ்க்கை பாதிச்சிரக் கூடாதுங்கற அன்பைத் தவிர துளியும் ஒங்கள அவமானப்படுத்திர்ணுங்கற வெறி எனக்குக் கிடையாது. அப்புறம் நம்பறதும். . . நம்பாததும் உங்க இஷ்டம். . . ."

"இந்தச் சின்ன வயசிலே. . . . இவ்வளவு தெளிவும் ஞானமும் ஒங்களுக்கு எப்படி ராமநாதன் வந்தது?"ன்னு ரெண்டு கைகளையும் பிடிச்சுக்கிட்டார்.

"இந்நேரம். . . . இதே 'இயற்பியல் தேர்வை ஆயிரமாயிரம் கனவுகளோட ஊர்ல என் மகன் எழுதிக்கிட்டிருக்கான் சார். . . . அவனுக்கு இப்பிடி எந்த ஒரு கஷ்டமும் வந்திரக்கூடாதேன்னு

ஒவ்வொரு நொடியும் உள்ளுக்குள்ளே எம் மனசு துடிச்சுக்கிட்டே இருக்குதே சார்...."

"என் கடைசிப் பொண்ணும் இன்னைக்கு +2 பரீட்சை எழுதிக்கிட்டுத்தான் இருக்கா. ஆனா எனக்கு அதெல்லாம் தோணலையே"வியப்பு மாறாமல் தலைமை ஆசிரியர் கேட்டார்.

"ஏன்னா.... நீங்க தலைமை ஆசிரியர்"ன்னு மனசுக்குள்ளே தோணுச்சு. வெளியிலே சொல்லி மேலும் வெவகாரத்த வளர்க்க வேண்டாம்னு அவர் கைகளில் இருந்து தன் கையை விடுவிச்சுக்கிட்டு தமிழாசிரியர் மௌனமா சிரிச்சார்.

ஆனந்த விகடன் 5.10.97

முல்லைக் கொடியும் பன்றிகளும்

இந்தச் செய்தியை நான் சொல்லித்தான் ஆகணும். இது 'பிரச்சாரமா?' 'கலையா?'— சொல்லத் தெரியல. சொல்லத் தெரியலங்கறத விட— அதப் பத்தி என்னால கவலப்பட்டுக்கிட்டிருக்க முடியல. 'மனித நேசம்! ஞானமாய்.... தர்மமாய்.... கலையாய்.... நர்த்தனம் பண்ணுது. அந்தக் கொள்ளை அழகு என்னை ஆனந்தப் பரவெள்ளத்தில் திளைக்கச் செய்யுது. 'எனக்கு தித்திக்கிற அந்தத் தேனில் உங்களுக்கும் பங்களிக்கிறேன்.' இப்படி உணர்ந்துதான் இதை உங்கள் முன் வைக்கிறேன்.

அது முழு ஆண்டுத் தேர்வுக்காலம். பள்ளி வளாகத்திற்குள் வேப்ப மரத்தடியில் நின்னுக்கிட்டிருந்தேன். மோட்டர் பைக் வந்து பிரேக் அடிச்சது. பின் சீட்டில் உட்கார்ந்திருந்த மாணவன் குதிச்சு தலைமை ஆசிரியர் அறை நோக்கித் தலை தெறிக்க ஓடினான். பைக்கை ஓட்டி வந்தவர் பரபரப்போடு நின்னார்.

அந்தப் பையனின் அப்பா நேற்று இறந்துவிட்டார். அவனுக்குப் பக்கத்து கிராமம். அவங்க அம்மா அவனைத் தேர்வு எழுத அனுப்பியிருக்காங்க. தேர்வு தொடங்கற நேரத்துக்கு அதிகமாயிட்டதால. . . . 'இவனைத் தேர்வுக்கு அனுமதியுங்கள்'ன்னு தேர்வு மையத் தலைமைத் தேர்வாளருக்கு போன் பண்ண வேண்டிக்க அந்தப் பையன் இந்தப் பள்ளித் தலைமை ஆசிரியர்ட்ட ஓடியிருக்கான். அவன் இந்தப் பள்ளிக்கூடத்துப் பையன். இந்தப் பள்ளி மாணவர்கள் +2 தேர்வு எழுத தேர்வு மையம் அந்தப் பள்ளிதான்.

"ஐயையோ. . . . இந்தப் பையனுக்கு ஆத்திரத்தோடு இவர் உதவ மாட்டாரே. . . . . இவன் ஜாதிக்கும் அவர் ஜாதிக்கும்தான் வெட்டுக்குத்து நடக்கு. முட்டாள்கள்...! இதக்கூட யோசிக்காம இங்கே வந்திருக்காங்களே. . . நேரே தேர்வு மையத்துக்கே இவங்க போயிருக்கலாமே. . ."ன்னு மனசுலே தோன்றியது. 'எது பேசினாலும் ஏதாவது தப்பு வந்திடும். . .'னு மனசை பரபரப்பு கவ்விக்கிட அதிர்ச்சியிலேர்ந்து மீள முடியாம நின்னேன்.

மோட்டார் பைக்காரர் பையனின் குடும்ப வறுமையைச் சொன்னார். கணவனின் காலடியில் அழுது கிடந்த அந்தப் பையனின் அம்மா காலையில் கடிகாரத்தைப் பார்த்து எழுந்து பையனைத் தேர்வுக்குப் போகச் சொன்ன நிலைமைய

சொன்னார். இவன் தான் வீட்டில் மூத்தவன். அடுத்து ஒரு தங்கை, ஒரு தம்பி. இவன் வளர்ந்துதான் குடும்பத்தை காப்பாத்தணும்.

ஹால் டிக்கெட்டைத் தேடி, பேனாவைத் தேடி..., ஜாமட்ரி பாக்ஸைத் தேடி ஊர்க்காரர்கள் இந்தப் பைக்கை ஏற்பாடு செய்து பறந்து வந்ததைச் சொன்னார்.

இவன் இன்றைக்குத் தேர்வு எழுதிட்டுப் போய்த்தான் நீர்மாலைக்குப் போகணும். இவன் தந்தையைக் குளிப்பாட்டி. . நல்லடக்க ஏற்பாடுகளைச் செய்யணுமாம். அவர் போனபின் கொஞ்சம் அழுதுக்கிட்டேன்.

'தன்னால் ஒண்ணும் செய்ய முடியாது. எதுன்னாலும் தலைமைத் தேர்வாளரா இருக்கிற அந்தப் பள்ளித் தலைமை ஆசிரியர்தான் செய்ய முடியும்'னு இந்தப் பள்ளித் தலைமை ஆசிரியர் சொல்லிட்டாராம். அந்தப் பள்ளிக்கூடம் நோக்கிப் பறந்தார்கள். 'இந்தக் கண்மணிகளுக்கு விபத்து ஏதும் நடந்திரக்கூடாது'ன்னு மனசு அடிச்சுக்கிட்டது.

அன்றைக்கு சாயங்காலமே அவன் தேர்வு எழுதினானா இல்லையாங்கறதவிசாரிச்சிரிக்கணும். ஆனா மறுநாள் பள்ளிக் கூடத்திலேதான் விசாரிச்சேன். என் நெலமை! ஆசிரியர்கள் சொல்ல சொல்லப்... பிரமிச்சுப் போனேன்.

'மணி 10.40க்கு மேலாயிருச்சு.... இனிமே தேர்வு ஹாலுக்குள் அனுமதிக்க முடியாது'ன்னு தலைமைத்

தேர்வாளராயிருந்த அந்தப் பள்ளியின் தலைமை - ஆசிரியர் சொல்லிட்டாராம். அரசுத்துறை அலுவலராக வந்திருந்த முதுகலை ஆசிரியரும் உதவிக் கல்வி அலுவலரும் அப்படியே சொல்லிட்டாங்களாம்.

இவங்க ரெண்டுபேரும் நெலமையச் சொல்லி எவ்வளவோ கெஞ்சினாங்களாம். அவர் ஒத்துக்கவே இல்லையாம். பையன் ஒங்களுக்கு மேல் அதிகாரியாயிருக்கிற மாவட்டக் கல்வி அலுவலரு (டீ.ஈ.ஓ)க்கு போன் பண்ணிக் கேளுங்க'ன்னானாம். 'மாவட்டக் கல்வி அலுவலருக்கு போன் பண்ணி என்னத்தப்பா கேக்கறது. . . அரசாங்கத் தேர்வு எதுவாயிருந்தாலும் அரைமணி நேரத்துக்கு மேலே லேட்டா வர்றவங்கள அனுமதிக்க முடியாது. . . . அதுதான் சட்டம். 'போய்ட்டு வாங்க'ன்னாராம்.

இவங்க ரெண்டு பேரும் மன்றாடியிருக்காங்க. தலைமை ஆசிரியர் முதன்மைக் கல்வி அலுவலரு (சீ. ஈ. ஓ)க்கு போன் பண்ணி அவங்களுக்கு நேரிலேயே கேட்டிருக்கார். அவர் 'அதெப்படி . . . இவ்வளவு நேரத்துக்கு அப்புறம். . . அனுமதிக்க முடியும்? பையனை வீட்டுக்குப் போகச் சொல்லுங்க. நாளைக்கு பரீட்சைக்கு நேரத்தோடு வரச் சொல்லுங்க'ன்னுட்டாராம்.

முதன்மைக் கல்வி அலுவலர் சொன்னதை பையன்ட்ட தலைமை ஆசிரியர் சொன்னபோது

பையன் அதை ஒத்துக்கிடல. 'நீங்க மாவட்டக் கல்வி அலுவலர்ட்டத்தான் கேட்டிருக்கணும்'னு வாதிட்டிருக்கான். 'மாவட்டக் கல்வி அலுவலரைவிட முதன்மைக் கல்வி அலுவலர் பெரிய அதிகாரி. அவரே அனுமதிக்க முடியாது'ன்னு சொல்லிட்டார். அதனால போய்ட்டு வான்னுருக்கார். பையன் 'உங்களுக்கு மேலதிகாரி மாவட்டக்கல்வி அலுவலர்தான். அவர்ட்டத்தான் நீங்க கேட்டிருக்கணும். அவர்ட்ட தயவுசெய்து என் நெலமையைச் சொல்லிக் கேளுங்க'.

"பத்தாவது வகுப்புத் தேர்வுக்குத்தான் மேல் அதிகாரி மாவட்ட கல்வி அலுவலர். 2 தேர்வுக்கு மேல் அதிகாரி முதன்மைக் கல்வி அலுவலர்தான். அவரே முடியாதுன்னு சொல்லிட்டார். நீ போய்ட்டு நாளைக்கு வாப்பா. . ."

"அது இருக்கலாம் சார்! ஆனா பள்ளி நிர்வாகத்திலே. . . தேர்வு நடத்தறதிலே. . . உங்களுக்கு மேல் அதிகாரி டீ. ஈ. ஓ. தான். அவர்ட்டத்தான் நீங்க கேட்டிருக்கணும். அவர் தீர்ப்புக்கு மேல. . . போகறதுக்குத்தான் சீ. ஈ. ஓ. வை நீங்க கேக்கணும். . ."

"அது சரிதாம்ப்பா. . . . ஆனா இப்ப சீ.ஈ.ஓட்டேயே கேட்டேன்ல. அவரே இன்றைக்குத் தேர்வுல ஒன்ன அட்மிட்பண்ணக்கூடாதுன்னுட்டாரு. . . . இதுக்கு மேலே. . . .டீ. ஈ. ஓ. இனி என்ன பண்ணிர முடியும்? எனக்கு வேலையிருக்கு. . . . நீ போகலாம். . ."

கூடப் போனவர் "ஐயா பையன் ஆசைய ஏன் கெடுப்பானே. . . தயவுசெஞ்சு நெலமைய டீ. ஈ. ஓ. ட்டேயும் சொல்லிப் பாத்திருங்களேன்"ன்னு கையெடுத்துக் கும்பிட்டபடி வேண்டியிருக்கார்.

சலிப்பா தலைமை ஆசிரியர் மாவட்டக் கல்வி அலுவலக எண்ணைச் சுழற்றினார். மாவட்டக் கல்வி அலுவலரே தொலைபேசியை எடுத்திட்டார். தலைமை ஆசிரியர் நிலைமையை முழுமையாக விளக்கினார். எதிர்முனையிலிருந்து தொலைபேசி வழியாக தலைமை ஆசிரியர் மண்டைக்குள் இடி வந்து விழுந்திருக்கிறது.

"பையனை பரிட்சை ஹால்ல பரிட்சை எழுத ஒக்கார வச்சுட்டு வந்து பேசுங்க!"

"சார்! சீ. ஈ. ஓ. ட்ட கேட்டுட்டேன். அவர் 'அரை மணி நேரத்துக்கு மேலாயிருச்சு. இனிமே அனுமதிக்க முடியாது. பையனை வீட்டுக்குப் போகச் சொல்லிட்டு நாளைக்கு பரிட்சைக்கு வரச் சொல்லுங்கன்னுட்டார். . . ."

"நான் சொல்றேன். . . . . பையனை தேர்வு எழுத அனுமதிங்க. . .! நீங்க அவனக கூட்டிப் போய் அவன் எடத்தில உக்கார வச்சுட்டு வாங்க . . . !"

"சார்! சீ. ஈ. ஓ. . . . 'சட்டப்படி அரைமணி நேரத்துக்கு மேல லேட்டா வந்தா அனுமதிக்கக் கூடாது. அந்தப்படி பையனை திருப்பி அனுப்பியிருங்க'ன்னு சொல்லிட்டார் சார்!"

"சட்டப்படி ஒங்களுக்கு அடுத்த மேலதிகாரி நான்தானே. . . . எங்கிட்ட கேட்காம ஏன் சீ. ஈ. ஓ. ட்ட

கேட்டீங்க'ன்னு ஒங்க மேல நான் நடவடிக்கை எடுப்பேன்'னு சொல்லலே. . . . ஆனா. . . . பையனை தேர்வு எழுத அனுப்பிட்டு வந்து மேக்கொண்டு பேசுங்க. . . ."

"அரசாங்க அலுவலகங்கள்ல வேல செய்யற எல்லாருக்கும் சுய புத்தியும் மனுஷத்தனமும் செத்துப் போச்சு. அவங்க சம்பளத்துக்குள்ளும் சட்டத்துக்குள்ளும் அடங்கிப் போன அடிமைகள் அதிலேயும் அதிகாரிகள்லாம் லஞ்சத்திலேயும் அதிகார வெறியிலேயும் கொழுத்துப் போன மிருகங்கள்'னு வெறுக்கிறவன் நான்."

"அந்த அரசாங்க அதிகாரிகளில் ஒருவர் வெள்ளிப் பனிமலையா நிமிர்ந்து கம்பீரமாக 'ஏ. . . முட்டாள். . . என்னைப் பார்' என்பது போல சிலிர்த்து நிற்கறதில நான் குள்ளமாகவும் சவலையாகவும் ஆகிப்போனது போல எனக்குள் ஒரு பிரமை. இருப்பினும் அவரது கம்பீரத் தோற்றத்தைப் பார்க்க பார்க்க பரவசமாயிருக்கு. அவ்ரை என்னால் என் எழுத்துக்குள் அடக்க முடியல. பரவாயில்லை. மனிதாபிமானம்தான் நல்ல உண்மை. மனிதாபிமானத்தை விஞ்சிய கலை வேறென்ன இருக்கிறது. . . ."

"சார்! 'எந்த அரசுத் தேர்வுக்கும் அரை மணி நேரத்துக்கு மேல லேட்டா வந்தா அனுமதிக்கக் கூடாது'ங்கறதுதான் சட்டம்!"

"என்னய்யா. . . ." 'சட்டம்! சட்டம்!'னு கூச்சல் போட்டுக்கிட்டிருக்கீங்க. மனித குல சந்தோஷத்தை குலையாம காப்பாத்தறதுக்குத்தான் சட்டம்!

சட்டத்தைக் காப்பாத்தறதுக்காக மனிதனையா கண்ட துண்டமா சிதைப்பாங்கய்யா?

கல்வி அறியாத கிராம மக்கள். . . 'கல்விதான் கடைத்தேற்றும்'னு இப்பத்தான் உணர ஆரம்பிச்சிருக்காங்க. நீங்க சட்டத்தைக் காட்டி அதை வேரோட தோண்டி எறியப்பாக்றீங்க.

கட்டின புருஷன் செத்துக் கெடக்கான். ராத்திரியெல்லாம் அவன் காலடியில் அழுது கெடந்த மனைவி 'தன் மூத்த மகன் பரிட்சை எழுதிட்டு வந்த பெறகு சடங்குகளைச் செய்து அடக்கம் செய்யலாம்'னு அனுப்பி வச்சிருக்காள். 'சட்டம் அனுமதிச்சத விட பத்து நிமிஷம் லேட்டா வந்துட்டான். ஆகையினால பரிட்சை எழுத அனுமதிக்க முடியாது. . . . திருப்பிக் கூட்டிட்டுப் போங்க'ன்னு சட்டத்த நீட்றீங்களே. . . உங்களுக்கு வெக்கமாயில்ல. . . நீங்கள்லாம் ஆசிரியர்!

. . . . நீங்களே அனுமதிச்சிருக்கணும்! நான் சொன்ன உடனேயாவது அனுமதிச்சிருக்கணும்! ஆனா. . . நீங்க கொஞ்சங்கூட மனுஷத்தனம் இல்லாம. . . திரும்பத் திரும்ப சட்டம் சட்டம்னு கூச்சல் போடுறீங்க!

. . . . ஒடனே பரிட்சை ஹாலில் பையனை கூட்டிட்டுப் போய் ஒக்கார வையுங்க. . . நான் இன்னும் அரை மணி நேரத்தில அங்கே வந்திருவேன்!"

ஆனந்த விகடன் 8-11-98.

முல்லைக்குத் தேர்

மௌனமா ஒக்காந்திருந்தான் அருள்பிரகாஷ். 'அவனாப் பேசட்டும்'னு இவரும் நல்லா ஒக்காந்துக்கிட்டார். 'ம். . . . சொல்லு'னு கேப்பார்'ன்னு நெனச்சானோ என்னவோ இவர ஏறிட்டுப் பார்த்தான்.

இவங்க அணியை நீதிமன்றத்தில் ஆஜர்படுத்த இன்னைக்கு காவல்துறை பேருந்து கொண்டுட்டு வராட்டா அஞ்சு மணிக்கு மேல இவங்கள சிறையிலேர்ந்து வெளியே அனுப்பிருவாங்க. அப்படித்தான் இதுவரை ரெண்டு அணிகளுக்கு காவலை நீட்டிக்காம விட்டுட்டாங்க.

காலையில இலுப்பை மரத்தடியில வழிகாட்டும் குழுக்கூட்டம் நடந்துக்கிட்டிருக்கும்போது அருள் பிரகாஷ் வந்தான். "நீங்க வாங்க ஒங்களோட நான் பேசணும்"னு இவர் கையப் புடுச்சு இழுத்தான். எல்லாரும் எவ்வளவோ சொல்லியும் கேக்காம இழுத்திட்டு வந்திட்டான்.

ஜெயிலுக்கு வந்த ரெண்டாவது நாள் அவன் இவருக்கு அறிமுகமானான்.

காபி, சாப்பாடு, சுண்டல் இதுகள தண்டனைக் கைதிகள் தூக்கிட்டு வந்து பரிமாறினாங்க. ஆனா 'இவன் யாரு. . . ஆசிரியர் அரசு ஊழியர்களின் வரிசய ஒழுங்குபடுத்தறது. . . சோறு போடற முறைய கண்காணிக்கறது'ன்னு இவருக்கு உறுத்திச்சு. . . அப்பத்தான். . . .

"இவனத் தெரியாதா"ன்னு வியந்து, இவன்தான்'புல்லட் பாண்டியன்' கர்னாடகம், ஆந்திரம், கேரளம் தமிழ்நாடு நாலு மாநிலங்கள்லேயும் புல்லட் வண்டிகளைத் திருடறவன்'னு சொன்னாங்க. ஆள் சரியான வளத்தி. நல்ல சரீரம். பருவமடைஞ்ச தேக்குமரம் மாதிரி தூரும் தலப்பும் ஒண்ணுபோல இருந்தான். வயது இருப்த்தேழு இருபத்தெட்டுத்தான் இருக்கணும்.

எல்லாரும் அவன மரியாதையா கண்டுக்கிட்டாங்க. இந்தப் பகுதியில தொள்ளாயிரம் பேர் இருக்காங்க. அவ்வளவு பேரும் அரசு ஊழியர்கள், ஆசிரியர்கள்தான். இவன் ம்ட்டும் முழுப் பகுதிக்குள்ளேயும் கண்காணிப்பாளர் சுத்தி மாதிரி சுத்தி வந்தான். இவன் அவனக் கண்டுகிடறதே இல்ல.

மதியச் சாப்பாட்டுக்குப் பின் எல்லாரும் கூட்டம் கூட்டமாக ஹால்கள்லேயும், வராண்டாக்கள்லேயும், மரத்தடிக்கள்லேயும். . . . போர்வை துண்டுகள

விரிச்சு ஒக்காந்தும் படுத்தும் பேசிக்கிட்டும் அசந்துக்கிட்டும் இருந்த நேரம். இவர் படிச்சுக்கிட்டிருந்த இடத்துக்கு அவன் வந்தான். ஒத்தக் கையால 'வணக்கம்' போட்டான். திறந்தபடியிருந்த சிகரெட் பாக்கெட்டை சிரிச்சுக்கிட்டே நீட்டினான். இவர் ஒரு சிகரட்டை எடுத்துக்கிட்டே அந்யோன்யமா அவனப் பாத்துச் சிரிச்சார். 'நன்றி'யோட புன்னகைத்து அவன் தலை வணங்கினான். ஒக்காரச் சொன்னார். கையில தீப்பெட்டிய எடுத்தான். இவர் சிகரெட்டை இதழ்களில் பற்றினார். அவன் பத்த வச்சான். மதியம் ரெண்டு மணியிலேர்ந்து நாலு மணிவரை புல்லட் பாண்டியனோடு சிகரெட் பிடிச்சுக்கிட்டே பேசிக்கிட்டிருப்பது வழக்கமாச்சு.

எதிர் பாராத நிகழ்வுகள் வாழ்க்கைய ஒடுச்சு மடக்கிப் போட்டிடுது. எப்படி எப்படியோ வாழ்ந்திருக்க வேண்டிய குடும்பங்கள் எப்படி எப்படியோ கிழிஞ்சு கந்தல் கந்தல்களாய் போயிடுதுக.

அப்போ அருள்பிரகாஷ் ஒம்பதாவது படிச்சுக் கிட்டிருந்திருக்கான். நெல் அறுவடை நேரம். கூலி ரொம்ப ஜாஸ்த்தியா விழுந்திருக்கு. லீவு நாட்கள்ல நெல் அறுவடைக்குப் போயிருக்கான். அண்ணைக்குச் சாயங்காலம் ஆணும் பெண்ணும் கூலி வாங்கிட்டு வீட்டுக்குப் போற நேரம். கேலியும் கிண்டலுமா பேசிக்கிட்டிருந்திருக்காங்க. இவன் பேசின கிண்டல செலுவு (பேரு செல்வராஜ் 'செலுவு'ன்னுதான்

கூப்பிடுவாங்க) சுழிவு குத்தமா எடுத்திட்டு இவன காதச் சேத்து அறஞ்சுட்டான். இவன் தல சுத்தி அங்கினேயே விழுந்துட்டான்.

ஓழவு வேலைக்குப் போய்ட்டு பொழுதடைய திரும்பியிருந்த அவங்க அய்யாட்ட அவங்க ஆத்தாள் இத ஒப்பாரி வச்சு சொல்லிட்டாள். மாடுகளுக்குத் தண்ணி கூட காட்டாம அப்படியே மொளைகள்ல கட்டிப் போட்டுட்டு காலு கையி கழுவாம பரண்ல கெடந்த ஊனு கம்பை எடுத்துக்கிட்டு செலுவை தேடி அவங்க அய்யா புறப்பட்டிருக்கார். 'செலுவு பாய் வீட்ல இருக்கான்'ற செய்தியைத் தெரிஞ்சுக்கிட்டு அங்கே ஓடியிருக்கார். கூடப் போன அருள்பிரகாஷுக்கு அய்யாவோட வேகம் பதட்டத்த குடுத்திருச்சு, 'யய்யா.. வேண்டாம்யா"ன்னு கையப் புடுச்சி நிறுத்தியிருக்கான். ஓதறி விட்டுட்டு ஓடிட்டார்.

பாயும் பாயோட சம்சாரமும் கீழே பாயில ஒக்காந்திருக்க நெலா வெளிச்சத்தில் செலுவு நார்க்கட்டில்ல ஒக்காந்து அவங்க குடுத்த வெத்தலைய போட்டுக்கிட்டிருந்திருக்கான். யாரும் எதிர் பார்க்கல. தடுக்கவும் நேரமில்ல. செலுவு தலையில ஊனு கம்பால ஓங்கி அய்யா அடிச்சிட்டார். அப்புறம்.... மாறி.... மாறி.... வெளாசிட்டார். அய்யாவுக்கு ஆயுள் தண்டனை. இவனுக்கு ஆறு வருஷம். மைனர் ஜெயிலுக்குப் போனான். அங்கேயே ஒம்பது பத்து படிச்சிட்டு டிப்ளமோ முடிச்சுட்டு வெளியே வந்தான். ஜெயில்லதான்

அடிதடி குரூரம் திருட்டெல்லாம் முழுசா படிச்சிருக்கான்.

ஊர்ல வந்து நல்லாயிருக்கணும்னுதான் வந்திருக்கான். ஆனா சொந்தக்காரங்கள்லாம் அவன 'கொலைகாரன்'னு சுத்தமா ஒதுங்கிட்டாங்களாம். அம்மா கூலி வேலைக்குப்போய்க்கிட்டிருந் திருக்காள். தங்கச்சி அஞ்சாவதோட படிப்ப நிறுத்திட்டு தீப்பெட்டி ஆபீஸுக்குப் போய்க்கிட்டிருந்திருக்காள்.

சுத்துப்பட்டியில இவனுக்கு யாரும் எந்த வேலையும் குடுக்கத் தயாராயில்ல. ரொம்ப உடம்புக்குச் சவுகரியம் இல்லாம அய்யா ஒரு மாத லீவில வீட்டுக்கு வந்திருக்கார். வீட்டில கஞ்சிக்கிக் கூட வழியில்ல. அய்யா தூக்குப் போட்டு செத்துட்டார். இவனுக்கு வெறிபுடுச்சது. திரும்ப தன் சகாக்களைத் தேடி ரயில் ஏறியிருக்கான். நூதனமான திருடுகள், கொள்ளைகள், ஆயிரம் ஆயிரமாப் பணம். மாமா ஊர்லே கொண்டுட்டுப் போய் அம்மா, தங்கச்சிய விட்டிருக்கான். பட்டணத்தில பெரிய கம்பெனியில எஞ்சினியரா வேலை செய்யறதா சொல்லியிருக்கான். வீடு வாங்கியிருக்கான். தங்கச்சிய நல்ல எடத்தில கட்டி குடுத்திருக்கான்.

இவரைப் பற்றிக் கேட்டான். "கல்லூரிப் பேராசிரியரா இருக்கேன். அதோட சுரண்டலும், வஞ்சனைகளும் நிறைந்த இந்த சமூகம். . . . சமத்துவம், சகோதரத்துவம், பாசமயமான சமூகமா

மாறணுங்கறதுக்காக என்னாலான வேலைகளை செஞ்சுக்கிட்டும் இருக்கேன். . . .”னு சொன்னார்.

“இந்த மாதிரி. . . . ஜெயிலுக்கு வர்ற கோஷ்டிகளுக்கு தலைமை தாங்கியா?”ன்னு கிண்டலடிச்சான்.”

“நாங்க போராடறதும் ஜெயிலுக்கு வர்றதும் ஒனக்கு கிண்டலா தெரியுது!”

“பெறகென்ன. . . . அடாவடிதனமான மிராசுதாரை வெட்டிச் சாச்சுட்டு. . . . இல்ல. . . . பெரிய வட்டிக் கொடுங்கோலன கொள்ளையடிச்சுட்டு ஜெயிலுக்கு வந்தா அதில ஒரு அர்த்தமிருக்கும். . . . கோழி திருடிட்டு ஜெயிலுக்கு வர்ற மாதிரி படிச்ச ஆபீஸர்களும் படிச்ச வேலக்காரங்களும் ஒருத்தரை ஒருத்தர் எதிர்த்து ஸ்டிரைக் பண்றதும். . . . ஜெயிலுக்கு வர்றதும். . . . கண்ணாமூச்சி ஆடறமாதிரில்ல இருக்கு. . . .”

“பிரகாஷ்! இந்த மாதிரிப் போராட்டங்களால சமூகம் ஓரளவுக்கு ஒழுங்குபடுது. . . . அது பெரிய விஞ்ஞானம்!”

“பெரிய விஞ்ஞானம். . . . இயற்பியல், வேதியியல். . . , தாவரவியல், விலங்கியல். . .”ன்னு அடுக்கினான். ‘அது என்ன அப்டி பெரிய விஞ்ஞானம்’னு கேட்டான்.”

“அது பத்து நிமிஷத்தில விளக்கிற முடியாது!”

"அப்போ நீங்க ஜெயில விட்டு வெளியே போறவரை எனக்கு கொஞ்சம் கொஞ்சமா சொல்லிக் குடுங்க".

"வேறு ஏதோ வகையில சமூக மாற்றத்துக்கு பாடுபடறதா சொன்னீங்களே....?"ன்னு ஒரு நாள் கேட்டான்.

"கல்லூரி வேலை நேரம் தவிர மாலை வேளைகள்லேயும் விடுமுறை நாட்கள்லேயும் நான் எங்கள் பத்திரிக்கை அலுவலகத்திலே சம்பளம் பெறாமல் வேல செய்றேன். மாணவர்கள், இளைஞர்கள், தொழிலாளர்களுக்கு சமூக விஞ்ஞானம், தொழிற்சங்கம், உலகப் புரட்சி வரலாறு பாடங்கள் நடத்றேன்... இது தவிர என் சம்பளத்தில ஒரு பகுதியை இந்த அரசியலுக்காக குடுக்றேன் "கேட்டுக்கிட்டே வந்த பிரகாஷ் திடுக்கிட்டு நிமிர்ந்து பார்த்தான்." மாதா மாதமா குடுக்றீங்க?"ன்னு கேட்டான்.

"ஆமா!"

"எவ்வளவு?"

"கொஞ்சம்தான்!"

"அதுதான் எவ்வளவு?"

"முந்நூறு ரூபாய்".

அவன் முகக் கிண்டல் ஓடிப் போச்சு. அவன் முகத்தில் ஈரம் படர்ந்தது. பேசாமல்

உட்கார்ந்திட்டான். ரொம்ப நேரத்துக்குப் பின் 'நான் மாதா மாதம் பணம் அனுப்பினா ஒத்துக்குவீங்களா?'ன்னு கேட்டான்.

"மாட்டோம்" சிரிச்சார்.

"ஒங்களுக்கு இல்ல. ஒங்க இயக்கத்துக்குத்தான்."

"அதுக்குத்தான் சொல்றேன். முடியாது. . . ."

"ஏன். . . .?"

"ஒழைக்கிற ஊதியத்திலேர்ந்து குடுக்கற பணத்தைத்தான் ஏத்துக்க முடியும், திருடினதிலேர்ந்து வாங்கிக்கிட்டா நாங்களும் அதுக்கு கூட்டாளிதானே?" கடகடன்னு சிரிச்சார்.

"அவனுக்கு கோபம் வந்திருச்சு அரசியல் கட்சிகளுக்கெல்லாம். . . பெரும் கடத்தல்காரங்களும், ஹாவால மோசடிக்காரங்களும்தானே பணத்த தண்ணியா எறைக்கிறாங்க. . . .தெரியாதாக்கும்".

"அது உண்மைதான். ஆனா எங்க அரசியலுக்கு மட்டும் முடியாது!"

மௌனமாயிருந்தவன் முகந்தூக்கி தயங்கி சிரிச்சுக்கிட்டு "ஒங்களுக்கு நான் எதாவது செய்யணும்!"ன்னான்.

"ஓ. . . . தாராளமா!"

"என்ன செய்யலாம்!"

"நீ உழைக்கலாம்!"

படக்குன்னு முளிச்சான். அப்படியே சாம்பிப் போனான்.

ஒரு நாள் "மோட்டர் பைக் திருடுவது எங்க குரூப்பின் மெயினான தொழில்." அப்போ அப்போ பைக்கிலே போய்க்கிட்டே ரோட்டில போற பெண்களின் கழுத்லேருக்கற செயின்கள அறுக்கறதுல, நகை கடைகள்ல திருடறதும் உண்டு'ன்னு சொன்னான்.

"நகைக் கடைகள்ல திருடறதா?" ரொம்ப ஆச்சர்யமா கேட்டார்.

"கொள்ளையடிக்கறதுன்னு நெனச்சுட்டீங்களா . . . இல்ல இல்ல. . . . ரொம்ப டீசண்டா. . . . போயி நகைகளைக் களவாடுறது. எங்க குரூப்ல எல்லாரும் ரொம்ப டீஸண்டா – இருப்பாங்க. வாட்ட சாட்டமா. . . . நல்ல நெறத்தில இருக்காங்க. . . . லட்சாதிபதிகள், கோடீஸ்வரர்கள் மாதரி டிரஸ் பண்ணிக்கிடுவோம். பெரிய ஹோட்டல்கள்ல ரூமெடுத்து தங்கியிருப்போம். . . . எங்க குரூப்ல ரொம்ப அழகான பெண்களும் இருக்காங்க. . . . குடும்பம் மாதிரி கார்கள்ல போயி நகைகளைத் திருடுவோம். . . ."

"புல்லட் வண்டிய எப்படித் திருடுவீங்க! எப்படி அத விப்பீங்க. . .?"

"சார் இதெல்லாம் பெரிய கலை! ஒங்க விஷயத்த பெரிய 'அறிவியல்'ன்னு சொன்னீங்கள்ல . . எங்க விஷயம் 'பெரீய்ய கலை'. இதையும் பத்து

நிமிஷத்தில ஓங்களுக்கு விளக்கிச் சொல்லிர முடியாது. . .'ன்னு கடகடன்னு சிரிச்சான். சிரிக்கும் போது அவன் ரொம்ப அழகாயிருக்கான்."

இன்னொரு நாள் 'எப்படி நீ மட்டும் ஜெயில்ல எல்லாப் பகுதிக்கும் போய் வந்திர்றே?'ன்னு கேட்டார்.

"போய் வந்திர்றது மட்டுமல்ல. போற இடங்கள்ல யெல்லாம் ஜெயில் காவலர்கள் எனக்கு சல்யூட் போடுவாங்க. எல்லாம் காசும் கயவாளித்தனமுந்தான் காரணம்"ன்னு சிரிச்சான்.

"நீ இங்கே ஜெயிலுக்குள்ளே கெடக்கும்போது ஒனக்கு எப்படி காசு கெடைக்குது?"

"எங் கூட்டாளிக ரெகுலரா வந்து வேண்டியத கவனிச்சுட்டுப் போறாங்கள்ல. . . ."

"பார்க்க வர்றவங்க உன் நண்பர்களா?"

"நண்பர்கள்ன்னு சொல்ல முடியாது. கூட்டாளிங்க. . . ."

"ஒனக்கு காதலி இருக்காளா?"

"தூ. . . . அந்த அபத்தம் எல்லாம் எனக்கு இல்ல. ஆனா வெளியில போய்ட்டா செக்ஸ்லே எந்தக் கொறையும் இல்லாம ஜாலியடிச்சுக்குவேன். விதவிதமான பொண்ணுக. எல்லாம் பணத்திலதான். இதே ஜெயில்ல ஒருத்தி இருக்காள். கோர்ட்டுக்கு மூணு நாலு தடவ ஒரே வேன்ல என்னையும்

அவளையும் கூட்டிட்டுப் போனாங்க அப்போ அவ எங்கிட்ட 'காதல்' 'கல்யாணம்'னு பெனாத்துனாள். 'பேத்றுவேன் முண்டே'டேன். 'படுத்துக்வோம் வா'ன்னா.... 'பார்க்கலாம்'னேன்."

"அதென்ன ஒந் தங்கச்சி பேர் 'அருள் சக்தி' ஒம்பேரு 'அருள்பிரகாஷ்'"

"ஆமா. எங்கய்யா பேரு 'அருள் ஜோதி'. அதனால"

எங்க பேருக்கு முன்னால 'அருள்' வரும்படி வச்சிருக்காரு...

"அன்பு'ன்னு சொல்வீங்களோ... 'பாசம்'ன்னு சொல்வீங்களோ.'பற்று'ன்னு சொல்லுவீங்களோ... அது இந்த ஒலகத்தில எந்தங்கச்சி மேல மட்டுந்தான் எனக்கு இருக்கு. அப்புறம் அவள் பிள்ளை, புருஷன் மேலே கொஞ்சம் .... கொஞ்சம் ...."

"ஏய். . . . அங்கேருந்து என்ன இழுத்துட்டு வந்துட்டு நீ பாட்டுக்கு கோலம் போட்டுக்கிட்டிருக்கே?" பொறுமையிழந்து கேட்டார். நிமிர்ந்து பார்த்தான். லேசா சிரிச்சான்.

"ஏகப்பட்ட விஷயங்கள அவங்களோட ஒக்காந்து பேச வேண்டியிருக்கு. நீ என்னடாண்ணா. 'ஒங்க தோழர்கள நீங்க எப்ப வேணுன்னாலும் பாத்துக்கிடலாம். ஆனா இனிமே ஒங்களப் பாக்கறதுக்கு எனக்கு வாய்ப்பே இல்லை'ன்னு இழுத்துட்டு வந்துட்டு நீ பாட்டுக்கு 'உம்' முன்னு ஒக்காந்திருந்தா என்ன அர்த்தம்?"

நிமிர்ந்தான். கண்கள் சிவந்திருந்தது. ‘கோப வெறியிலே இருக்கானா?’ எச்சிலைக் கூட்டி முழுங்கினான். தொண்டையக் கனச்சுக்கிட்டான். ‘ஒங்ககிட்ட நான் உண்மையைச் சொல்லலே. அது எனக்கு மனக் கஷ்டமாயிருக்கு’ குரல் ஒடஞ்சிருச்சு. முழிச்சான்.

அவன் கண்கள் குரூரமானது. கன்னங்கள் துடிக்குது. முகஞ்சிவக்கு. மூக்கை புறங்கையால தடவிக்கிட்டே “ஜெயில விட்டு வெளியே போயி எந்தங்கச்சிய கொல்லப் போறேன்.”

இவர் அதிர்ந்து போயிரல. மௌனமா அவனையே பார்த்தார். பெருமூச்சு விட்டான். “இன்னும் தண்டனை ஒண்ற வருஷந்தான் இருக்கு. கழிச்சுட்டு நேரா. . . . எந்தங்கச்சி வீட்டுக்குத்தான் போவேன். . . . அந்தத் துரோகிய அப்பிடியே கழுத்த நெருச்சுக் கொண்ணுருவேன். . . .” கைகள அகல விரிச்சு. . . . வாய், மூக்கு, கண்ணப் பெழுந்த மானக்கியிருக்கான் . . . வெறியன்.

இவர் பதிலை அவன் ரொம்ப எதிர்பார்த்தான். இவர் ரெண்டு அறை விட்டிருந்தாலும் பொறுத்துக் கிட்டிருப்பான். குறைந்தபட்சம் நூறு வார்த்தைகளாவது திட்டட்டும்னு எதிர்பார்த்தான். ரொம்ப ப்ரியமா சிரிச்சார். ‘மேற்கொண்டு சொல்லயிருந்தா சொல்லு. இல்லபோதும்னா முடிச்சுக்கிடுவோம்’ங்கற முறையில பார்த்தார்.

"அவளக் கொண்ணாத்தான் என் வெறியடங்கும்.." னு கைகளை ஆட்டிக்கிட்டு கத்தினான். தூரத்தில் தொட்டியிலேர்ந்து குவளைகளால தண்ணி மோந்து ஊத்திக் குளிச்சுக்கிட்டிருந்தவங்க கையில குவளையோட இந்தப் பக்கம் பார்த்தாங்க.

பிரகாஷ் சுத்திப் பார்த்தான். அவங்க ஒழுங்கா குளிக்க ஆரம்பிச்சாங்க . . . . அவன் மேனி லேசா நடுங்கிக்கிட்டிருந்தது. "பாதகத்தி . . . . அவ மனுஷ ஜென்மே அல்ல. சுய நல வெறிபிடிச்ச மிருகம் . . . . துரோகி . . . ." கழுத்து நரம்புகள் புடைக்க . . . , பெருமூச்சு வந்தது அவனுக்கு.

"ஒரு ஆறு மாத்தைக்கு முன்னே . . . . அவ கொழந்தையத் தூக்கிக்கிட்டு புருஷனோட இங்கே வந்திருந்தா . . . . பழங்கள், ஸ்வீட்டுகள், பேஸ்ட், பிரஷ், சோப்"ன்னு ரொம்ப வாங்கிட்டு வந்திருந்தா. எம் மருமகனைக் கொஞ்சினேன். ரொம்ப நேரம் இருந்திட்டு . . . . அந்த நெஞ்சழுத்தக்காரி போகும்போது திராவகத்த எம் மூஞ்சில வீசிட்டு ஓடிட்டாள் . . . .

'நீ இனிமே லெட்டர் போடாதே . . . . ஒன் லெட்டர போஸ்ட்மேன் குடுக்கும்போதே ரொம்ப பயந்து போயி கேவலத்தோட குடுக்கறார். நீ எழுதற கார்டில் 'மத்திய சிறை' தணிக்கை செய்யப்பட்டது'ன்னு பெரிய முத்திரை குத்தி வருது. இப்பிடிக் காயிதம் வர்றது காலனியில் இருக்கறவங்களுக்குத் தெரிஞ்சுட்டா . . . . நாங்க

அங்கே மானம் மரியாதையோட குடியிருக்கவே முடியாது. . . . அத நேர்ல சொல்லிட்டுப் போகத்தான் வந்தோம்'னாள்.

"அங்கினேயே அவளக் கொன்னிருப்பேன். ஆனா முடியலை . . ."

"திருடுனேன்... கொள்ளையடிச்சேன். வழிப்பறி செஞ்சேன். . . . எந் தங்கச்சிய வாழ வச்சுட்டேன்ற ஒரே ஒரு நிம்மதி மட்டும் எனக்குயிருந்தது. அவ ஒருத்தி இந்த உலகத்திலே எனக்குத் தொணை இருக்கான்னு நிம்மதியிருந்தது. . . . அம்பது பவுன் நகை. . . . எம்பதாயிரம் ரொக்கம் குடுத்து ராஜா வீட்டுக் கல்யாணம் மாதிரி செஞ்சு வச்சேன். . . . குறையில்லாம எல்லாச் சீருஞ்செஞ்சேன். அதெல்லாம் அவளுக்கு நல்லாயிருந்ததாம். . . . ஜெயில் லேர்ந்து வர்ற கார்டு மட்டும் அவளுக்கு தாங்க முடியாத அவமானமாப் போச்சாம். . . . சிறுக்கிவுள்ளய. . . கொண்ணாத்தான் எஞ் செனம் அடங்கும்."

"கொண்ணுறு! சுத்த மிருகமாத்திரி. நீ மனுஷங்கறதுக்கு இருக்கிற கடைசி அடையாளம் ஒந் தங்கச்சி மேல ஒனக்குயிருக்கிற பாசம் மட்டுந்தான். 'உழைப்பு' 'ஒழுக்கம்', 'மானம்', 'மனிதாபிமானம்', 'காதல்'ங்கற எந்த மனுஷத் தடயமும் ஒங்கிட்ட கெடையாது. இந்த 'பாசம்'ந்ற மனித அடையாளம் மட்டும் ஒங்கிட்ட ஏன் ஒட்டிக்கிட்டிருக்கணும். . . அதையும் தொடச்சு எறிஞ்சிரு!"

“நீங்க என்ன ரொம்ப அவமானப்படுத்றீங்க”

“ஒனக்கு ஏதுடா மானம்?”

“ஆ. . . .”

“இந்தா. . . . இப்படி நீ மிருகத்தனமா கத்தறதுக்காக. . . . நான் பயந்து ஓம் மிருகத்தனத்த ஆதரிச்சுப் பேசிற முடியாது!”

“அவள நா உயிரவிடப் பெரிசா நெனச்சேன். அவளத் தவர இந்த ஒலகத்தில பிடிமானம் எனக்கு எதுவுங் கெடையாதே. அவ மட்டுந்தானே என்னோட ஒலகமே. . . அவளே. . . ‘நீ கடிதம் போடாதே. . . . நாங்களும் கடிதம் போட மாட்டோம்’னு மனசு கூசாம சொல்லிட்டாளே. . . அவளுக்குப் போஸ்ட்மேனும், அக்கம் பக்கத்துக்காரங்களும் தானே பெரிசாப் போயிட்டாங்க. . . . நான் ஒரு துரும்பாக் கூட அவளுக்குத் தெரியலையே?”

“பதினாறு வயசிலேர்ந்து உலக மானம், அவமானம், மனிதாபிமானப் பிரச்சினைகளேர்ந்து விலகி கிரிமினல உயிர் பெழச்சிருக்கிறவன் நீ. அவள். . . உலகத்தின் மெல்லிய உணர்வுகள். . . அழகுகள் . . . கனவுகள்ளேருந்து விலகிப் போகாதவள். மானம் மரியாதையோட வாழத் துடிக்கிறாள். அதனால அவ கூச்சப்படுறாள். ஆனா ஓம்மேல துளிகூட அவளுக்கு வெறுப்பில்ல.

பாசம் கொறையல. அத ஒன்னால புரிஞ்சுக்க முடியாது. . . . நீ சுய நல வெறி பிடிச்ச மிருகம். . . . சுய நலத்துக்காக எந்த திருட்டு, கொள்ளை, கொலைக்கும் பின் வாங்க மாட்டே. . . . இப்போ அதே சுயநல வெறியில. . . . மூடத்தனத்திலேஅவளக் கொல்லத் துடிச்சுக் கிட்டிருக்கிறே. . . . சுயநல வெறியில மூழ்கிப் போனவனுக்கு எந்த நியாயமும் கண்ணுக்குத் தெரியாது".

மாலை 5 மணி ஆனவுடனே இவங்க அணிக்காரங்க சந்தோஷத்தில் கூச்சல் போட்டு ஆடுனாங்க. இனிமே விடுதலைதான். 5.05க்கு ஒரு காவலர் வந்து இந்தத் தேதியில. . . . இந்தப் போராட்டத்தில. . . . இந்தச் சிறைச் சாலைக்கு வந்தவங்கள்லாம். . . . வெளியே போகத் தயாராகி வரிசையா வரும்படி அறிவிப்பு செய்தார்.

கூட்டங்கள் நடத்திய வளாகம், படிச்சுக்கிட்டிருக்கிற மாமரத்தடி, செயற் குழுக்கள் நடத்திய இலுப்பை மரத்தடி. . . இன்னும் இன்னும். . . . இதுகளயெல்லாம் மனசாரப் பார்த்தார். செய்தி அறிஞ்சும் அருள்பிரகாஷ் இவரைப் பார்க்க வராதது மனசுக்குள் நெருடலா இருந்துச்சு. அவன்ட்ட கை குலுக்கி விடைபெற நெனைச்சிருந்தார். மார்புறத் தழுவிக்கவும் ஆசையிருந்தது. போர்வையை மடிச்சு எடுத்துக்கிட்டு தட்டு, குவளைகளை எடுத்துக்கிட்டு வரிசையில நின்னார்.

மீண்டும் மீண்டும் சுத்திச் சுத்திப் பார்த்துக்கிட்டார். 'அருள் வந்ற மாட்டானா' ரோல் கால் முடிஞ்சு வரிசை நகர்ந்தது. அவன் கண்ணுக்கு எட்டவே இல்லை.

முதல் கட்டத்தில் அவர்கள் சிறைச்சாலையில் குடுத்த பொருள்களையெல்லாம் திரும்ப ஒப்படச்சுட்டு ஒரு குறுகிய பாதை வழியாகப் போனாங்க. அடுத்த இடத்தில் ஒவ்வொருத்தரா பேர் கூப்புட்டு அங்க மச்ச அடையாளங்கள சரிபார்த்து கையெழுத்தை வாங்கிக்கிட்டு ஒவ்வொருத்தராக வெளியே அனுப்பினாங்க. தூரத்தில சிறைச்சாலையின் தலைவாசலப் பார்க்க மனசில பரவசம் பொங்குச்சு. . . .

"அருள் பிரகாஷ், அருள் சக்தி, நினைவுகள், கொஞ்சம் மனசுக்கு கஷ்டமாயிருந்தது. 'ஜெயில்ல ஒரு அபூர்வ சந்திப்பு' என்பதைத் தாண்டி இதுக்கு வேற என்ன அர்த்தம் இருந்து விடப் போகுது."

ஒடுகலான பாதை வழியா ஒருத்தர் பின்னால ஒருத்தரா போனாங்க. கொஞ்ச தூரத்தில தலைவாசலுக்கு பின்னுள்ள பரந்தவெளி தெரிஞ்சது. இவருக்கு முந்திய ஆள் அந்த வெளியில காலடி எடுத்து வச்சபின் இவர் காலடி எடுத்து வைக்கும்போது இடையில ஒரு கை நீண்டது. நீண்டு. . . பருத்துச் சிவந்து. . . . ரோமங்கள். . . . அடர்ந்து வழி மறிச்சுக்கிட்டிருந்தது. திடுக்கிட்டார். சிவந்த உள்ளங் கை விரிய வெத்தலப்பாக்கு அதில இருந்தது. 'கட கட'வெனச் சிரிப்பொலி. அருள் பிரகாஷ் எதிரில் நிற்கிறான். இவருக்கு ஆச்சர்யம்.

"கடைசி நேரத்தில் ஆளக் காணோமேன்னு கஷ்டமாயிருந்தது...."

"கடைசி நேரத்தில ஒங்கள வழியனுப் பணும்னுதான் இங்கே வந்திருக்கேன்...."

"ரெண்டு கேட்டுகளைத் தாண்டி இங்கே எப்படி ஒன்னால வந்து நிக்க முடிஞ்சது?"

"பணம் பாதாளம் வரை பாயும்.

ஜெயில்ல சுதந்திரங்களையும் குவிக்கும்" கடகடன்னு சிரிச்சான்.

தாம்பூலத்தை கையில வாங்கிட்டு "ரொம்ப நன்றி"ன்னு சொல்லி முடிக்கவே அருள்பிரகாஷ் அவரை மார்புறக் கட்டித் தழுவி மார்பில முகம் புதச்சு முத்தமிட்டான். இவருக்கு உடம்பெல்லாம் புல்லரிச்சது. இவர் தாம்பூலத்தோட அவன அணைச்சுக்கிட்டார்.

"சத்தியமா.... இனிமே எந் தங்கச்சிக்கு நான் காயிதம் போட மாட்டேன்.... அவ நல்லா யிருக்கட்டும்.... நான் முழு மிருகமா ஆக மாட்டேன்.... நான் ஒங்களுக்கு காயிதம் போடுவேன். ஒரு வேளை நான் முழு மனுஷனாகக் கூட ஆகலாம்...." பிடி மேலும் இறுகியிருந்தது. அவன் தலையை கோதிவிட்டார். அவன் தலையை நிமிர்த்திய போது அவன் முன் நெற்றியில் முத்தமிட்டார்.

'செம்மலர்' பொங்கல்மலர், ஜனவ்ரி 1998

பெண்மை எங்கும் வாழ்க!

உடல் கனம்மா தெரிஞ்சது.... 'மனசுதான் கனமா இருக்கு'ன்னு நெனச்சான். 'இழந்துட்டுதானே வந்திருக்கேன்.... அப்புறம் ஏன் கனம்....?' வெள்ளை ரோஜாவைச் சற்றுத் தூக்கிப் பார்த்துக்கொண்டான்.

'பிரிவுகள் தவிர்க்க முடியாதவை....' 'பிரிவுகள் சோகமானவை....' மெயின்ரோடு ஏறி இருந்தான்.

திரும்பிப் பார்த்தான். சாலைக்குக் கீழே அந்தக் கான்வென்ட் அழகாகக் கொலு வீற்றிருந்தது.

'ஓ... அவள் முகம் எவ்வளவு... அழகானது....?' 'அதுக்குக்காரணம்.... அது உண்மை நிறைந்தது... கருணை நிறைந்தது....'

'அவள் பார்வை எவ்வளவு இன்பமயமானது? ஏனெனில் அது நேசமிக்கது.... வஞ்சனையற்றது....'

'கொன்ஸ்க்கியா....' என்று ஒரு முறை கத்தி அலற வேண்டும் போல இருந்தது. அப்படி அலறி இருந்தால் சோகம் கொஞ்சம் குறைந்திருக்கும்.

தனிமையாக இருந்தும் 'கொன்ஸ்க்கியா....'ன்னு முணுமுணுத்தான்....

'தோட்டக்கலைத் துறை உங்களை அன்புடன் வரவேற்கிறது. கொடைக்கானல் நகரியம்....' போர்டைப் பார்த்தான். கொஞ்சம் சிரிச்சான்.

"உங்கள நேர்ல பார்த்துப் பாராட்டு சொல்ல முடியலையேன்'ன்னு வருத்தமாயிருந்தது. உங்கள இங்கே பாத்ததிலே.... எனக்கு ரொம்ப சந்தோஷம்...." ஒளி சிந்தும் கண்கள். வெள்ளை வெளேரென்ற பற்கள் முகம் நிறைந்த புன்னகையோடு கூப்பிய கைகளுடன் உடலின் பிற பாகங்களை எல்லாம் போர்த்திக்கொண்டிருக்கும் வெள்ளை உடுப்பில் வாசலில் ஒரு தேவதை நின்று கொண்டிருந்தாள்.

தமிழ்ச்செல்வன் அவளை வியந்து பார்த்தான்.

"வாங்க.... சிஸ்டர்...." சற்றே கூப்பிய கைகளுடன் எழுந்து பணிவன்போடு மேரி திரி போசாள் வரவேற்றாள். "உட்காருங்க"ன்னுதான் அமர்ந்திருந்த நாற்காலியைக் காட்டினாள்.

"நேரமாச்சு.... நான் கான்வென்ட்டுக்குப் போகணும்."

"ஃபாதரைப் பற்றி ஒரு புஸ்தகம் வெளியிடணும்னு முடிவு பண்ணியிருக்கேன்.... அது சம்பந்தமாக இவரோட பேசிக்கிட்டிருக்கேன்...."

"சாரி. . . . உங்க பேச்சுக்கு இடைஞ்சலா வந்துட்டேனா. . . ."

"இல்லை. . . . சிஸ்டர். . . . பேசி முடிச்சாச்சு. . . . உக்காருங்க. . . ."

"உங்க பேச்சுத்தான் எனக்கு ரொம்பப் பிடிச்சிருந்தது. . . ." தமிழ்ச்செல்வனைப் பார்த்துக் கூறிக்கொண்டே சிஸ்டர் நாற்காலியில் உட்கார்ந்தாள். மேரி கட்டிலில் அமர்ந்து கொண்டாள்.

"உங்க பேச்சுத்தான் எனக்கு ரொம்பப் பிடிச்சது. . . மனசைத் தொட்டது. . . . ஏன்னா அதுதான் உண்மையானது. . . . நீங்க எங்கேருந்து வாரீங்க. . . .?"

"கோவில்பட்டியிலேருந்து. . . ."

"என்ன பண்றீங்க. . . .?"

"சென்ட்ரல் எக்ஸைசஸ் இன்ஸ்பெக்டரா இருக்கேன். . . ."

"ஃபாதரோட மாணவரா. . . .?"

"சுருக்கமாச் சொன்னா. . . . அவர்தான் என்தந்தை. சின்ன வயசிலே எங்கப்பா இறந்துட்டார். ஏழைகள் நேர்ல வந்து சொன்னா இந்தச் சாமியார் ஒதவுவாரு'ன்னு யார் யாரோ சொன்ன பேச்ச கேட்டு எட்டாவது படிச்சிருந்த நான் சிந்திய கண்ணீரைக் காணிக்கையா ஏத்துக்கிட்டு என்னை அவங்க பள்ளிக்கூடத்திலேயே ஹாஸ்டல்லேயும் சேர்த்து படிக்க வச்சார்..காலேஜ்ல படிக்கறதுக்கும் வழி பண்ணினார். . . ."

"பேசினவங்க எல்லாம் ஃபாதர் பீட்டர் ராயப்பனின் துறவற வாழ்வின் ஐம்பதாண்டு நிறைவு விழா தங்களுக்கு ஆனந்தத்த அளிக்கறதா சொன்னாங்க. அதெல்லாம் சம்பிரதாயப் பேச்சு. . . . நீங்க ஒருத்தர்தான் வேதனைப்படறதாச் சொன்னீங்க. . . ."

"..............................."

"ஆபீஸிலேருந்து வீட்டுக்கு வந்தப்போ அழைப்பிதழைப் பார்த்தேன். ஆத்து மணல்ல போய் விழுந்து. . . . கேவிக் கேவி அழுதேன். ஏன்னு சரியா என்னால காரணம் சொல்ல முடியலே. . . . எவ்வளவு பெரிய அறிவாளி, பேரழகர், பேச்சாளர், கலைஞர் ஐம்பது ஆண்டுகளை உலக அழகுகளிலிருந்தும் இன்பங்களிலிருந்தும் நீங்கி துறவியாகவே கழித்துவிட்டாரே. . . .'ன்ற காரணமாகவும் இருக்கலாம்'னு சொன்னீங்க. . . . எனக்குக் கண்ணீர் வந்திருச்சு. . . ."ன்னு சொல்லி வந்த சிஸ்டரின் குரல் கம்மியது.

"............................"

"உங்க பேச்சு உண்மையிலேயே உங்கள அவருடைய மகனாகக் காட்டியது. . . ."

"............"

"மேரி டீச்சர். . . . நேரமாச்சு. . . . புறப்படணும்."

"சிஸ்டர் என்ன மன்னிச்சுக்கங்கோ. . . . என்னால வரமுடியாது . . ."

"உங்களோட போகலாங்கற எண்ணத்திலேயிலே ஜோசப் கான்வென்ட் சிஸ்டரை எல்லாம் போகச் சொல்லிட்டேன்".

"நேத்து முழுக்க பொன்விழாவுக்கு வந்த சிஸ்டர்களோட இந்த மலை முழுக்க அலைஞ்சது காலெல்லாம் நோகுது.... ஒரு அடி கூட எடுத்து.... ஏற முடியாது...."

"இப்ப நான் என்ன பண்றது."

"சார் நீங்க பஸ்ஸுக்குத்தானே போகணும். இங்கே காலேஜுக்கு முன்னே நின்னா பஸ் கிடைக்காது. இன்னைக்கு ஞாயிற்றுக்கிழமை.... சிஸ்டரோட போய் அவங்கள வழியிலே அவங்க கான்வென்ட்லே விட்டுட்டு நீங்க பஸ்ஸ்டாண்டுக்குப் போயிருங்க. ஒரு கிலோ மீட்டர்தான் இருக்கும்.... அப்படியே மலையையும் பார்த்த மாதிரி இருக்கும்.."

"கான்வென்ட்டுக்குள்ளே வந்து பார்க்கலாமா?"

"ஓ.... தாராளமா."

"கார் போற இந்த ரோட்டு வழியே போனா ரொம்ப சுத்து.... சுத்திச் சுத்தி வரும். இந்த ஒத்தையடிப் பாதை வழியே ஏறினா ரொம்பப் பக்கத்திலே.... கொஞ்சம் ஏத்தமாயிருக்கும்.... சுத்தியே போயிரலாம்னா.... அப்படியே போவோம்...." என்றாள் சிஸ்டர்.

"எதுக்கு வீணாச் சுத்துவானே. . . ." என்றான். குளிராக இருந்தது. இந்தக் குளிர் சுறுசுறுப்பாக இயங்கத் தூண்டியது.

"இது காபிச் செடி. . . . இதுக்கு முன்னாடி நீங்க கொடைக்கானலுக்கு வந்திருக்கீங்களா. . . .?"

"இல்லை . . . ."

"காபிச் செடி பாத்திருக்கீங்களா . . . .?"

"நேத்துத்தான் பாத்தேன்"

"இந்த மரங்கள்லாம். . . . ஆரஞ்சு. . . . இடை இடையே எலுமிச்சை, பலா மரங்களும் இருக்குது தெரியுதா. . . .?"

"அதென்ன எல்லாம் கலப்படமாத்தான் மலையிலே பயிர் செய்வாங்களா. . . .?"

"அப்படியில்லை. காபிச்செடிக்கு நிழல் வேணும். அதனாலேதான் இடையிலே மரங்கள வைச்சிருக்காங்க . . . காபிக்கு நிழலுமாச்சு. . . . அதே நேரத்திலே நல்ல பயனுமாச்சு. . ."

'யூகலிப்டஸ் மரங்கள். . . .' 'படகு செய்வதற்குப் பயன்படும் பிரமாண்டமான மரங்கள். . . .' 'ஏலச்செடி. . . .' 'பைன் ஆப்பிள். . . .'ன்னு மரம் செடிகளைக் காட்டிக்கொண்டே வந்தாள்.

மேலே ஏறக் கஷ்டமாக இருந்தது. மூச்சு இரைத்தது. மூச்சு உள்ளுக்குள்ளே அதிகமாக இழுத்துக்கொள்ள வேண்டும் போல இருந்தது. ஆனால் மிகக் கொஞ்சம் காற்றே மூக்குக்குள் வருவது போல இருந்தது.

"இப்படிப் போவோம்"ன்னு மேற்கே திரும்பினாள்.

"இதோ இன்னும் வடகிழக்கே ஒரு பாதை போகுதே. . . ."

"அது எங்கே போகுதோ தெரியாது. . . ."

"இதுவும் மெயின் ரோட்டை நோக்கித்தான் போகணும். . . ."

சுள்ளி பொறுக்கிக்கிட்டிருந்த சிறுமியிடம் கேட்டு மெயின் ரோட்டுக்குச் சுருக்குப் பாதை'ன்னு தெரிந்து கொண்டார்கள்.

"எவ்வளவோ தடவை இந்தக் காலேஜ்க்கு வந்திருக்கேன். ஆனா இந்தச் சுருக்குப்பாதையைத் தெரியாமலே இருந்திருக்கேன்."

"சுலபமாக்கும் புதிய வழிகளைக் காணணுங்கிற ஆசை வேணும்லே"ன்னு தமிழ்ச் செல்வன் சொன்னவுடனே பலக்கச் சிரித்துக்கொண்டு முன்னே ஓடினாள்.

"இது என்ன எங்கிருந்தோ புகை கிளம்பி வருதே.?"

நின்று கலகலவெனச் சிரித்தாள்.

"என்ன நான் பெரிய ஜோக் அடிச்சிட்டேனா இப்படிச் சிரிக்கிறீங்களே. . . .?"

அடக்கிக்கொள்ள முடியாது சிரித்தாள்.

"ஏன் சிரிக்கிறீங்க. . . .?"

"இதப் பார்த்தா ஒங்களுக்கு புகையாகவா தெரியுது?"

"பின்ன. . . . என்ன. . . .?"ன்னு கேட்டுக்கொண்டிருக்கும் போது மூட்டம் வந்து மூடிக்கொண்டது.

"இது மிஸ்ட். . . .மிஸ்ட் . . ."

"மிஸ்டா. . . .?"

"ஆமா. . . ."

"பனியா. . . .?"

"இல்லே, 'மேகம்' 'மஞ்சு'ன்னு தமிழ்லே சொல்லலாம்.!"

எங்கு நோக்கினும் வெண்புகை போன்ற மஞ்சு. . . . வான மண்டலத்தில் நீந்துவது போல மனம் துள்ளியது.

கெண்டைக்கால் தசை வலித்தது. தொடைகளும் ஏறக் கஷ்டப்பட்டன. மெதுவாக நடந்தான்.

"கொஞ்சம் ஓய்வெடுத்துக்கிறீங்களா?" என்ற அவள் கேள்வி ஆறுதலாக இருந்தது.

பல வண்ணங்களிலான பேருந்து கீழிறங்குவது தெரிந்தது... "அதோ மெயின் ரோடு வந்திருச்சு."

முன்னேறினார்கள்.

மலையை ஒட்டியிருக்கும் சாலையின் ஒரு புறத்தில் கட்டப்பட்டிருக்கும் சுவர் மீதேறி மல்லாந்துப் படுத்து வெகு ஆசையோடு மூச்சிழுத்துவிட்டான். நெற்றிப் பொட்டுக்கள் விண்ணென்று துடித்தன. உடலெங்கும் மிகச் சின்ன வேர்வைத் துளிகள் அரும்பியிருந்தன. அதன் மீது குளிர்ந்த காற்று பட்டு உடலெங்கும் ஜில்லிட்டது. சிஸ்டர் அடுத்த சுவரில் அமர்ந்து கிலோமீட்டர் கல்லில் சாய்ந்து இளைப்பாறினாள்...

ரொம்ப தூரம் வந்துவிட்டதைப் போல உணர்ந்தான். நின்று திரும்பிப் பார்த்தான். கான்வென்ட் தெரியவில்லை. மனம் 'திக்'கென்றது. நிதானமாக வளைவுகள் வழியே பார்வையைச் செலுத்தித் தேடினான். பச்சை மரங்களிடையே கோபுரம் மட்டும் தெரிந்தது.... "கொன்ஸ்க்கியா...." ஒரு முறை சொல்லிப்பார்த்தான்.

பெயரைச் சரியாக உச்சரித்துவிட்டதில் அவனுக்குள் மகிழ்ச்சி பூத்தது. 'கொன்ஸ்க்கியா'ங்கறது லத்தீன் மொழி. தமிழில் 'ஞானப்பிரகாசம்'னு அர்த்தம்'ன்னாள். 'ஞானப் பிரகாசங்கறது

சமஸ்கிரதமில்லையா.... தமிழ்லே என்னன்னு சொல்லலாம்?' என்று எண்ணிப் பார்த்தான். 'அறிவு ஒளி.' 'நல்ல பேரு...'

எதிரே தெரிந்த கிலோ மீட்டர் கல் பக்கம் போய் சுவரில் அமர்ந்து அதன்மீது சாய்ந்தான். கொன்ஸ்க்கியா. உட்கார்ந்ததைப் போல உட்கார்ந்து கொண்டான். தானாகச் சிரித்தான்.... வழியில் கூடைகளில் ஏதோ சுமந்து சென்ற இளம் பெண்கள் இருவர் அவனைப் பார்த்துச் சிரித்துக் கொண்டே சென்றார்கள். வெள்ளை ரோஜாவைப் பார்த்தான். சட்டையில் மார்புக்கு நேராகச் சொருகிக் கொண்டான்.

பச்சைப் பசேலென்ற பள்ளத்தாக்கு.... வெள்ளி நீரோடை.... சிவப்பு, வெள்ளை, மஞ்சள் வண்ணங்களில் ஆங்காங்கே கட்டடங்கள்... மலை முகடுகள் மீது தூங்கும் மேகங்கள்.... மரங்களில் ஊர்ந்து செல்லும் மஞ்சுகள்.... வளைந்து வளைந்து கிடக்கும் சாலை.... எதிர்ப்பக்கத்தில் மலையிலிருந்து கசிந்து ஒழுகும் நீர் ஊற்று.... 'அவளோடு சாலையில் நடந்து வரும் பொழுது இக் காட்சிகளைக் காண எவ்வளவோ அழகாக இருந்தது' என்று எண்ணினான்.

"இவ்வளவு அழகையும் மனிதர்கள் பார்த்துத் திளைக்க வேண்டும். இவ்வளவு அழகும் உங்களோடு சேர்ந்து பார்க்கறதிலே எவ்வளவோ.... அழகா இருக்கு...ஆனா.... இதுக்கிடையே என் மனம் அழுகுது...."

"அழுகை உங்கள் டிரேடுமார்க்கா?"ன்னு கொன்ஸ்க்கியா கேட்டுக் கலகலவெனச் சிரித்தாள்.

"........" உம்முன்னு வந்தான்.

"ஏன் உங்க மனம் அழுகுது?" பின் ஆறுதலாகக் கேட்டாள்.

"..................."

"ஏன்.... சொல்லுங்க?"

"இந்த அழகுல மூழ்கிறக்கூடாது'ன்னு ஒவ்வொரு நிமிஷமும் போராடி ஒதுங்கித்தானே இருக்கீங்க..."

முன்னை விடக் கலகலன்னு சிரித்தாள். "உங்க பேச்சு எனக்கு ரொம்பப் பிடிச்சிருக்கு ஆனா.... அது வெறும் கற்பனை.."

"எது கற்பனை....?"

"எல்லாந்தான்"

"அப்போ. . . நான் பொய் சொல்றேனா?"

"இல்லை.... இல்லை ரொம்ப மிகைப்படுத்திச் சொல்றீங்க..."

"........................."

"அதோ. அங்கே பள்ளத்தாக்கின் முடிவில் சிவப்புக் கட்டடங்கள் தெரியுது பாருங்க... .உயரமான சர்ச்சை ஒட்டி...."

“ஆமா....”

“அது ஒரு கான்வென்ட்... அதப் பத்தி நீங்க தெரிஞ்சிருக்க மாட்டீங்க... தெரிஞ்சா ரொம்ப அழுவீங்க..”

“....ம்....”

“அங்கேயும் சிஸ்டர்ஸ் இருக்காங்க.... அதுக்குள்ள போனவங்க வெளியிலே வர முடியாது. ....சொந்தக்காரங்க கூட உள்ளே போய்ப் பார்க்க முடியாது... பார்க்கணும்னா கம்பி வலைக்கு அந்தப் பக்கம் அவங்க வந்து நிப்பாங்க.... அதுவும் மார்புக்கு மேலேதான் தெரியும். அங்கே இருக்கிறவங்க கூட ஒருத்தருக்கொருத்தர் பேசிப் பழக முடியாது. ஒரு நாள்லே குறிப்பிட்ட ஒரு நேரம்தான் பாத்துப் பேசிக்க முடியும்.... மற்ற நேரங்கள்லே எல்லாம் தனிமையிலேதான் அவங்க அவங்க ரூம்மிலே பிரேயர் பண்ணிக்கிட்டிருக்கணும்..”

தமிழ்ச்செல்வன் சிஸ்டரின் முகத்தையே பார்த்துக் கொண்டு வந்தான்.

“அதோ தெரியுது பாருங்க... வெள்ளைச் சுவர்... அது அந்தக் கான்வென்டின் காம்பவுண்டு. அதுக்குள்ளே உள்ள நிலங்கள்லாம் அவங்களுக்குச் சொந்தம். அதிலே அவங்களே பயிரிடுவாங்க... எல்லா வேலையையும் அவங்களே பாத்துக்குவாங்க. அப்புறம் உள்ளே மிஷின் போட்டு தைக்கிறாங்க... இந்தியாவிலுள்ள சிஸ்டர்கள் ஃபாதர்களுக்கு

வேண்டிய டிரஸ்ஸெல்லாம் அவங்க தைக்கிறாங்க . . . அவங்களுக்கு முக்கிய வேலை பிரேயர் பண்றதுதான்.."

"என்ன கொடுமை?" அதிர்ந்தான்.

"......................"

"......................"

"ஏன் அழறீங்க. . . .?"

மலைமுகடுகளையும் . . . . . பசுமை பொழியும் வனாந்திரங்களையும் நீரோடைகளையும் வானத்தையும் பார்த்தான். . . . "நாட்லே உள்ள சிறைகளை விட இது ரொம்பக் கொடுமையானது" தனக்குள் முனங்கினான்.

"அவங்கள யாரும் கட்டாயப்படுத்தினதில்லே. . . அவங்களாகவே வந்து சேர்ந்திருக்காங்க. . . . தமிழ் நாட்டுப் பெண்கள் கொஞ்சந்தான். மத்த ஸ்டேட் காரங்கதான் அதிகம். . . . அதிலேயும் மலையாளிகள்தான் ரொம்ப அதிகம்."

"அவங்கள்லாம் மன நோயாளிகள். . . ."

கொன்ஸ்க்கியா அதிர்ந்தாள். 'புண்படுத்தணுங் கறதுக்காக அவர் பேசவில்லை. குழந்தை மாதிரி மனதிலே பட்டதெல்லாம் சொல்றார்' என்ற எண்ணத்தில் "இறைவனுக்காகத் தன்னை அர்ப்பணிச்சிருக்காங்க" என்றாள்.

"காடு, மலை, கடல், நகரம், கிராமம் எல்லாம் அலைஞ்சு தான் இயேசு மக்களுக்கு சேவை செய்தார். அவர் இப்படி சிறைப்பட்டு வழிபட்டிருந்தா இன்றைக்கு இயேசு எங்கேயும் இருக்கமாட்டார்."

"அவங்க பிரேயர் ரொம்ப சக்தி வாய்ந்தது. . . . யாருக்காக என்ன காரியத்துக்காக ஜெபிச்சாலும் அது நிறைவேறும்."

"தன்னை வேணும்னே அழிச்சுக்கிட்டு எங்க மக்களுக்காக அவங்க செய்யற பிரேயர் வேண்டவே வேண்டாம்".

"இப்படி எல்லாம் பேசாதீங்க. . . . உங்களுக்கு ஏதாவது கஷ்டம் வந்திரும்."

"எனக்கு ஒரு கஷ்டமும் வராது. . . . எப்படி எங்களுக்காக நேசிச்சு அவங்க பிரேயர் பண்ண முடியுதோ. . . . அப்படி அவங்கள நேசிச்சு நான் பேசறதுக்கு உரிமையிருக்கு."

மழை தூறுவது போல இருந்தது. பையை எடுத்துக் கொண்டு ஓடினான். நுண்ணிய பூக்களைத் தூவுவதுபோல இருந்தது. நனையவில்லை. நடந்தான். பக்கத்திலிருந்த கட்டடம் ஒன்றில் ஒண்டினான்.

அப்பொழுதும் ஒரு முறை தூறியது. கொன்ஸ்க்கியா குடையை விரித்து "குடைக்குள்ளே வாங்க. . . ." என்றாள்.

"வேண்டாம்.... லேசாத்தானே தூறுது" என்றான்.

"பை நனையுதே."

"லெதர் பேக்தான்...."

மழை வலுத்தது. குடையோடு அவனை நெருங்கினாள். இருவரும் ஒரு குடையின் கீழ்ப்பயணம் செய்தனர்.

வானிலிருந்து வெள்ளிக் கம்பிகளாகச் சொரிந்து கொண்டிருந்தது. மழையில் மலை முகடுகளையும் பள்ளத்தாக்குகளையும், மலைப் பயிர்களையும் பார்ப்பது ரம்மியமாக இருந்தது.... கொன்ஸ்க்கியாவோடு நடப்பதும் மென்மையான இன்பம் அளிப்பதாக இருந்தது.

"விலகி விலகி நடந்தால்...."

நெருங்கி நடந்தான். அவள் தோளில் இவன் மார்புபட்டது. மழை கொட்டியது. "திடீர் தூறல்... திடீர் மழை...." என்றான்.

"இதுதான் எங்கள் கொடைக்கானலின் பெருமை."

பேசிக்கொண்டிருக்கும் போதே மழை பட்டென நின்றது. வானம் வெளி வாங்கியது.

சிறிது நேரத்தில் தங்க மழை சிந்துவது போல மாலை வெயில் பரவியது. "திடீர் மஞ்சு.... திடீர் தூறல். திடீர் மழை.... திடீர் வெயில். எத்தனை எத்தனை சாலங்கள் காட்டுது உங்கள் மலை...."

"அதுதான் எங்கள் மலை. . . . எத்தனை எத்தனை அழகுகள் காட்டினாலும் இயல்பிலே திரியாது நிமிர்ந்து நிற்கும்" என்றாள். சிரித்தாள்.

சாலையில் ஆட்கள் நடமாடுவதைப் பார்த்தான். புறப்பட்டான். சற்றுத் தொலைவில் சாலை இரண்டாகப் பிரிவது தெரிந்தது. ஒருவரிடம் பஸ் ஸ்டாண்டிற்கு வழி கேட்டுக்கொண்டு புறப்பட்டான்.

"பிலோமினாள் கான்வென்ட் இந்த ஜென்மம் முழுக்க நினைவில் இருக்கும். . . ."

"இதுதான் எங்கள் கான்வென்ட்" என்றாள். நெடுஞ்சாலை ஓரத்தில் 'புனித பிலோமினாள் கான்வென்ட்' என்ற போர்டு நின்றது. அதற்குக் கீழ் கேட். கேட்டைத் தள்ளிக்கொண்டு உள்ளே சென்றார்கள். சிறிது கிழக்கே சென்று வடக்குப் பக்கம் சாய்ந்து ஒரு சின்ன சாலை சென்றது.

வராண்டாவில் பிரவேசித்து பொத்தானை அழுத்தியவுடன் மணி ஒலித்தது. "யாரது?" என்ற குரல் உள்ளே கேட்டது.

"கொன்ஸ்க்கியா. . . ."

கதவைத் திறந்த நீல அங்கி, தலை மறைவு அணிந்த சிஸ்டர் "வாங்க"ன்னு சொல்லிட்டு உள்ளே போய்ட்டாங்க.

"யார் இது?" வராண்டா சுவரில் தொங்கிய படத்தைப் பார்த்துக் கேட்டான்.

"எங்க மதுரை டயசிஸ் தலைவர். . . ."

செருப்பைக் கழற்றிவிட்டு வரவேற்பறையினுள் நுழைந்தான். "செருப்பைப் போட்டுட்டு உள்ளே வரலாம். தரை குளிரும்" என்றாள்.

வரவேற்பறையில் நேராக உயரத்தில் ஏசுநாதர் சிலுவையில் அறையப்பட்டுள்ளார். அன்னை கன்னி மரியாள் கை கூப்பிக் கதறிக்கொண்டிருக்கிறாள். படம் தொங்கிக் கொண்டுள்ளது.

"உட்காருங்க...."

"சுத்திப் பாப்போமா?"

"எஸ்"

"இது என் ரூம்...." அறை பூட்டி இருந்தது.

"உள்ளே போய்ப் பார்க்கலாமா?"

"வேணாம். எல்லாம் அலங்கோலமா கிடக்கும்..."

"பரவாயில்லை...."

"சரி...." சுவரில் சாய்த்து மாட்டப்பட்டிருந்த படத்துக்குப் பின்னால் இருந்து சாவியை எடுத்துக் கதவைத் திறந்தாள்.

மேஜை, நாற்காலி. மேஜை மீது அன்னை மரியாள் பாலன் இயேசுவைச் சுமந்து கொண்டுள்ளாள். இன்ப அமைதி முகம் முழுக்க சற்றே கவிழ்ந்துபார்த்துக் கொண்டிருக்கிறாள்.

பக்கத்தில் கருப்பு உறையிடப்பட்ட சிவப்பான பைபிள்.

"கொடியில் கிடந்த உடைகள் மீது அவன் பார்வை பட்டபோது . . ." "இன்றைக்குக் காலையிலே துவைத்திருப்பேன். . . . அங்கே விழாவுக்கு வந்திட்டதாலே துவைக்கலே. . . . இனி ராத்திரி துவைச்சுப் போட்டுட்டுப் படுக்கணும்" என்றாள். தமிழ் சிரித்தான்.

"ஒரு டிரங்க் பெட்டிதான் இருக்கு. . . .?" ஸ்டூல் மேலிருந்ததை நோக்கிக் கேட்டான்.

"ஆமா. . . ."

"உங்க பொருள்கள் எல்லாம் எங்கே வச்சிருக்கீங்க . . . .?"

"அந்தப் பெட்டிக்குள்ளேதான். . . ."

"வேற எங்கெல்லாம் இருக்கு. . .?"

"இந்த மேஜை மேலேருக்கறது. . . . அந்தக் கொடியிலே கெடக்கறது. . . ."

"அப்புறம். . . .?"

"அப்புறம். . . . அவ்வளவுதான். . . ."

அவனும் புன்னகை செய்ய முயன்றான். ஆனால் முந்திக்கொண்டு கண் கலங்கியது.

கொான்ஸ்க்கியாவின் கண்கள் அந்தக் கண்ணீரை ஒற்றி எடுத்து அவன் கண்களை நீவிவிட்டது.

மௌனமாக அவள் அறையை விட்டு வெளியேறினாள். 'நான் அனாதை விடுதியில் இருந்தபோது இவ்வளவுதான் எனக்கு உடைமை இருந்தது. இவளுக்கு வாழ்நாளெல்லாம் இவ்வளவுதான்' அந்த அறையிலேயே நின்று தேம்பி அழ வேண்டும் போல அவனுக்கு இருந்தது.

"இது எங்க பெரிய சிஸ்டர் ரூம். இதையும் தெறந்து பார்க்கணுமா?"

"வேண்டாம். . ."

'ரொம்ப சோர்ந்து போயிட்டீங்க. . .'ன்னு அவளுக்குக் கேட்கத் தோன்றியது. ஆனால் அவனைப் பார்த்துச் சிரித்தாள்.

"இங்கே நாலு சிஸ்டர்கள் இருக்கோம். இங்கே ஒரு சிறு டிஸ்பென்சரி வச்சிருக்கோம். அதைப் பெரிய சிஸ்ட்டர் பாத்துக்குவாங்க. . . தையல் சொல்லிக்கொடுக்கோம். அதை இன்னொரு சிஸ்ட்டர் பாத்துக்குவாங்க. . . அவங்க ரெண்டுபேரும் திண்டுக்கல் ஆஸ்பத்திரிக்குப் போயிருக்காங்க. . . பெரிய சிஸ்ட்டருக்கு மார்பிலே ஒரு கட்டி. . ."

"கதவைத் தெறந்து விட்டாங்களே. . . அவங்க, சுத்தியிருக்கிற தோட்டங்களப் பாத்துக்கிடுவாங்க....

சமையல் வேலைகளையும் பாத்துக்குவாங்க. . . . ஒரு பொண்ணும் தொணைக்கிருக்கு." அவள் நகர்ந்தாள்.

"என்ன நின்னுட்டீங்க . . . ."

"கொன்ஸ்க்கியா பற்றிச் சொல்லலையே . . . . ?"

தன் பெயரை அவன் உச்சரித்தபோது அவளுள் ஓர் அதிர்ச்சி. . . . சுவை. "நான் கொடைக்கானல்லே முதியோர் ஓய்வு இல்லத்திலே வேலை பார்க்கிறேன். . . ."

"என்ன வேலை . . . . ?"

"பராமரிக்கற வேலை . . . !"

"பராமரிக்கற வேலைன்னா . . . . ?"

"எண்பது தொண்ணூறு வயசாகி வேலை எதுவும் செய்ய முடியாத சாமிமார்களைக் கவனிச்சுக்கற வேலை . . . ."

"அது என்ன வேலைன்னு சொல்லலையிலே....."

"அதுதான் அவங்களப் பராமரிக்கறது. . . ."

"அது என்ன என்ன வேலை. . . ."

"பராமரிக்கறது. . . . அவ்வளவு தான்" என்று நகர்ந்தாள்.

தமிழுக்கு நெஞ்சில் பாறாங்கல்லைத் தூக்கி வைத்தாற் போல் இருந்தது.

"இது தோட்டக்கலை சிஸ்டர் ரூம்" "இது கிச்சன்" "இது ஸ்டோர் ரூம்" "இது டிஸ்பென்சரி"

"இது தையல் பாடசாலை" "இது ஏழைகளுக்கு வழங்குவதற்காக அமெரிக்காவிலிருந்து வந்த மக்காச் சோளமாவு, கோதுமை, சோயாபீன்ஸ் எண்ணெய், பால் பவுடர் ஸ்டாக் வச்சிருக்கற ரூம்" என்று காட்டிக்கொண்டே சென்றாள்.

"இது கோயில் . . . ."

". . . . ம் . . ."

"உள்ளே போகணுமா. . . .?"

". . . . ம். . . ."

"என்ன ஆழமா தியானம் பண்ணினீங்களே. . ."

". . . . ம் . . ."

"உங்களுக்குக் கடவுள் பக்தி உண்டா. . . .?"

"ம். . . . கூம் . . . ."

"பின்ன என்ன வேண்டினீங்க. . . .?"

"உங்களையே நம்பற இந்த கொான்ஸ்க்கியாவுக்கு வாழ்க்கை முழுவதும் அமைதி வேணும். . . உலக அமைதி வேணும். . . சண்டை வேண்டாம்னு. . . ."

அவன் கண்களை நோக்கினாள். . . அவள் உதடுகள் துடித்தன.

"உக்காருங்க. . . .காபி சாப்பிடலாம்" உள்ளே சென்றாள்.

—ஒரே படுக்கை மயம். இருமல்.... முனங்கல்... வயோதிகர்கள்... நடக்க முடியாதவர்கள், பார்வையற்றவர்கள்.... இவர்களிடையே கொன்ஸ்க்கியா என்ற இளைய வெண்புறா நகர்ந்து நகர்ந்து பணி செய்கிறாள். நடக்கத் துணையாவது.... சாதம் பிசைந்து கொடுப்பது.... ஊட்டுவது.... தண்ணீர் கொடுப்பது.... சளி எடுத்துப் போடுவது.... சிறுநீர் கழிக்க.... மலங்கழிக்க உதவி செய்வது.... துணிகளை அலசிப்போடுவது....

"எவ்வளவு அருவருப்பான வேலை....?"

"ஏன்.... உங்களப் பெத்தவங்களுக்கு நீங்க செய்ய மாட்டீங்களா?"

"அது பெத்தவங்க..."

"இவங்க எல்லாரும் எனக்குப் பெத்தவங்க...."

"எங்களுக்கு வாழ்நாளில் இப்படி வேலை ஒரு பத்து நாள்.... ஒரு மாதந்தானே இருக்கும்."

"ஆண்டவருக்குப் பணி செய்வது ஒன்றுதான் எங்களுக்குச் சந்தோஷம்.... இதுவும் ஆண்டவர் பணிதான்...."

"என்ன ஆழமான யோசனை....?" என்று கேட்டுக் கொண்டே கொன்ஸ்க்கியா இரண்டு தட்டுக்களைத் தூக்கிக் கொண்டு வந்தாள்.... அவன் தன் கற்பனையான காட்சிகள்.... உரையாடலிலிருந்து விழித்து அவளைப் பார்த்தான்.

"இதென்ன....?"

"பழம்.... தேன்...." இரண்டு தட்டுக்களையும் பார்த்துப் பார்த்துக் கூறினாள்.

"தேனெதற்கு ....?"

"பழங்களைத் தேன்லே தோய்த்துச் சாப்பிட்டால் தனிச் சுவையாக இருக்கும் ...."

"நீங்களும் சாப்பிடுங்க ...."

"வேண்டாம் ...."

"எங்க கூட சாப்பிடக்கூடாதா?"

"அப்படி எல்லாம் ஒண்ணுமில்லே.."

"பின்னே ....?"

"இப்போ.... வேண்டாம்...." அழுத்தமாகக் கூறினாள். "அடம் பிடிக்க வேண்டாம்" என்று விட்டுவிட்டான்.

எதிர்த்த நாற்காலியில் அமர்ந்திருந்த கொன்ஸ்க்கியா, "நான் என்ன வேண்டிக் கிட்டேன்னு நீங்க கேக்கலையே....?" மிக மெல்லிய குரலில் கேட்டாள்.

"அவசியமில்லை ...."

"ஏன் ....?"

"எனக்குத் தெரியும்....!"

"சொல்லுங்க...."

"எங்கள் ஆண்டவரே.... பிரியமான இந்தச் சகோதரரையும் அவரது குடும்பத்தினரையும் ஆசிர்வதித்தருளும்.... எல்லாவிதமான சுகங்களும் கொடுத்தருளும். ஆண்டவரே.... ஆண்டவரே" உருக்கமான குரலில் வணங்கி வேண்டிக் காட்டினான்.

அவனையே கூர்ந்து பார்த்தாள்.... அந்தப் பார்வை.... பெண்மை, தாய்மை, இறைமை நிறைந்தது. விளக்கம் சொல்ல முடியாதது.

"இதென்ன புது மாதிரியாக இருக்கு? பச்சைப்பழம் மாதிரி உருவமும் மலைப்பழம் மாதிரி நிறமும் சுவையுமுடையதாகயிருக்கே....?" அவள் பார்வையை மாற்றி நிதானித்தாள். மீண்டும் கேட்டான்:

"நாட்டிலே பயிர் செய்ற பச்சை வாழையையும் மலையிலே வளர்ற மலைவாழையையும் கிராஸ் பண்ணி உண்டாக்கின புது வெரைட்டி"

"நாடும் மலையும் கிராஸ் பண்ணியதா?"ன்னு அழுத்திக் கேட்ட பின் உள்ளுக்குள் வருந்தினான். அவள் மௌனமாகக் கவிழ்ந்து சிரித்தாள்.

காபி கொண்டு வந்தாள். "நீங்க கொஞ்சம் காபியாவது சாப்பிடலாமே....?"

"உள்ளே போய்க் குடிச்சிக்கிடுறேன்...." எழுந்து போனாள்.

"ஏன் சிஸ்டர்... காபி குடிக்கலாமே...? தண்ணி குடிக்கணும்னாகூட வெந்நீர் குடிக்கலாமே....?

இந்த மழை நேரத்திலே.... இவ்வளவு குளிர்லே குளுந்த தண்ணியப் போட்டு இப்படிக் குடிக்கிறீங்க...?" வேலைக்காரப் பெண் பேசுவதைக் கேட்டுத் தமிழ்ச்செல்வன் அதிர்ந்தான்.

"தோட்டத்த சுத்திப் பார்க்கலாமா....?"

"................"

"இது பீன்ஸ் தோட்டம்...." பச்சைப் பசேலென்று அவரை இலை போன்று பெரிய இலைகளையுடைய அந்த இடுப்பளவு உயரமான செடிகளில் சடை சடையாகக் காய் பிடிச்சிருந்தது....

"ஏன் காயைப் பறிக்காம முற்ற விட்டிருக்கீங்க....?"

"இது சாதாரண பீன்ஸ் இல்ல. பட்டர் பீன்ஸ். காய் நல்லா பழுத்த பிறகுதான் பறிக்கணும்.... விதையைத் தானே சமைப்பாங்க...."

".... ம்...."

"இது பீன்ஸ்.... செடி. ஏறக்குறைய அதே மாதிரித்தான் இருக்கிறது. அதிலும் சடை சடையாப் பச்சைக்காய்...."

"இது கோஸ்...." தரையொட்டி செடியிருக்கிறது. இரண்டு மூன்று பச்சை இலைகள் தாங்க குண்டு குண்டாக முட்டைக் கோஸ் நடுவில் உள்ளது. அப்படி நூற்றுக் கணக்கில்....

'இது காலி பிளவர்' 'இது டர்னிப்....' என்று காட்டி வந்தாள்.

“செடி, கொடிகள் எல்லாம் பூத்துக் காய்த்துக் கனிந்து குலுங்கிக்கொண்டிருக்கின்றன. . . .” என்று அவன் சொன்னது அவளுக்குக் கஷ்டமாக இருந்தது. ‘அவர் சாதாரணமாகத்தான் சொன்னார்.’ என்று சமாதானப்படுத்திக் கொள்ள முயன்றாள்.

“இந்தப் பந்தல் காற்றுக்குச் சாய்ந்துவிட்டது . . . ஆட்களைக்கொண்டுதான் நிமிர்த்தி வைக்கணும் . . இது சௌ . . . . சௌ . . . .”

“சௌ. . . . சௌ. . . . என்ன கொடியிலேயா காய்க்கிறது?”

“பின்னே . . . .?”

“மரத்திலேன்னுலே நெனச்சுக்கிட்டிருந்தேன் . . . .”

சிரியோ சிரி எனச் சிரித்தாள். பந்தலுக்குள் அனுதாபத்தோடு நுழைந்தாள்.

“சிஸ்டர். . . உள்ளே ஜிம்மி குட்டி போட்டிருக்கு... கடிச்சிரப் போகுது. . . .” என்று வேலைக்காரப் பெண் குரல் கொடுத்தாள்.

“நம்ம . . . ஜிம்மி. . . . என்னைக் கடிக்காது. . . .”ன்னு சொல்லிக்கிட்டே கொடிகளை விலக்கிப் பார்த்தாள்.

குட்டிகள் ஒன்றை ஒன்று விலக்கி முண்டியடிச்சு பால் குடித்துக்கொண்டிருந்தன.

“எவ்வளவு அழகா. . . . இருக்கு பாருங்க. . . . கருப்பும் வெள்ளையும், வெள்ளையும் சிவப்பும்,

சிவப்பும் சாம்பலும்... சாம்பலும் வெள்ளையும்.... ஒண்ணு, ரெண்டு.... ஏழு குட்டிகள் இருக்கு.... அம்மா நல்லாத் தூங்குது...."

"இல்லை.... குழந்தைகளுக்குப் பால் குடுக்கிற சொகத்திலே.... அப்படியே சொக்கிப் போயிருக்கு...." அழுத்தமாகச் சொன்னான்.

"க்.... கூம்.... கண்டிகளாக்கும்.... அது பாவம்... பெத்துப் போட்ட அலுப்பிலே தூங்குது...." என்று அழுத்திச் சொல்லிச் சிரித்தாள்.

"இல்லை.... குழந்தைகளுக்குப் பாலூட்றதிலே இருக்கற சொகம் வேற எதிலையுமே இருக்க முடியாது...." அவனையே பார்த்தாள். அவன் தொடர்ந்து பேசினான்:

"எங்க ஊர்லே ஒரு நாள் காலையிலே எதிர்த்த வீட்டுக்காரர் பசு மாட்டில் பால் கறக்க கண்ணுக்குட்டியை அவிழ்த்துவிட்டார். அது பாய்ந்து ஓடி தாயின் மடியில் முட்டி முட்டிப் பால் குடிச்சது. தாய்ப் பசு காலை அகட்டி பால் கொடுத்துக்கிட்டே ஆசையோடு கன்றை எட்டி நக்கியது...."

"பிரசவத்துக்கு வந்த வீட்டுக்காரரின் மகள் வாசல்ல நின்னுக்கிட்டிருந்தாள். அவளுடைய ஒரு மாதக் குழந்தை ஒரு வாரத்துக்கு முன்னாடிதான் செத்துப்போயிருந்தது. பசுவையும் கன்றையும் அப்படியே வச்ச கண்ணு வாங்காம வெறித்துப்

பார்த்துக்கிட்டிருந்தா. நான் அவளப் பார்த்தப்போ அவள் ஜாக்கட்டின் மேல் பாகங்கள் நனைஞ்சிருந்தது. கூர்ந்து பார்த்தப்போ ஜாக்கட்டுக்கு உள்ளே கூடி பால் ஒழுகி அவள் வயிற்றிலே ஓடிக்கிட்டிருந்தது. நான் கவனிக்கறத பார்த்தவுடனே ஓடிட்டாள்"

நிமிர்ந்த பொழுது. . . . கொன்ஸ்க்கியா பெரி மரங்களுக்கிடையே ஓடிக்கொண்டிருந்தாள்.

கொடைக்கானல் நகருக்குள் வழி கேட்டுக்கொண்டே நடந்தான். வழிநெடுக விளக்குகள் ஒளிவெள்ளம் பாய்ச்சிக் கொண்டிருந்தன.

பல்வேறு வகைக் கார்கள், லாரிகள், குடியிருப்புக்கள், லாட்ஜ்கள், கடைகள் பயணிகள் — அவற்றில் அவன் மனம் ஈடுபடவில்லை.

பஸ் ஸ்டாண்டுக்கு வந்த பொழுது மதுரைக்கு ஒரு பஸ் தயாராக இருந்தது. ஆனால் பலர் உள்ளே நின்று கொண்டிருந்தனர்.

அடுத்த பதினைந்து நிமிடத்தில் வத்தலக்குண்டுக்கு ஒரு பஸ் இருந்தது. அதில் ஏறி இடது ஓரத்தில் அமர்ந்துகொண்டான். போகும்பொழுது கடைசியாக அவன் கான்வென்டைப் பார்க்க . . . .

"இந்தப் பயணம் சுகமானதா . . . .? வேதனை யானதா . . . .?"

'இனிமையானதே!'

பேச்சுக்கிடையே 'உங்க வயசு என்ன?' என்று அவன் கேட்ட போது 'முப்பத்திரண்டு' என்று பதில்

சொன்னாள். அவள் பிறந்த நாளைக் கேட்டுட்டு 'முப்பதுதான்' என்னு சொன்னான். 'டிசம்பர் மாதத்திலே பிறந்ததினாலே அந்த வருஷத்தை விட்டிரணும். இப்ப எப்ரல்தானே இந்த வருஷத்தையும் சேக்கக் கூடாது'ன்னு சொல்லிட்டு 'எனக்கு வயசு முப்பத்தொண்ணு' என்னு தன் பிறந்த நாளைச் சொன்னவுடனே இரண்டு பேரும் விழுந்து விழுந்து சிரித்தார்கள்....

இப்பொழுது அவனுக்குச் சிரிப்பு வந்தது... "பாவம் கொன்ஸ்க்கியா..."

கொன்ஸ்க்கியா சொன்னாள். "எங்க ஊர் ஸ்ரீவில்லிபுத்தூருக்குப் பக்கத்திலேருக்கிற சென்னாக் குளங்கற கிராமம். கூடப் பெறந்தவங்க ஆறு பேர். நாலு பெண்கள். ரெண்டு பையங்க. எங்கப்பா ஒரு ஹையர் கிரேடு வாத்தியார். நாங்க சின்ன வயசாயிருக்கும்போதே இறந்திட்டார். எங்களுக்கு சொத்து சுகம் ஒண்ணுமில்லே. ஒரே ஒரு வீடுதான். ஸ்ரீவில்லிபுத்தூர் கான்வென்ட்லே தாய்மார்களுக்கு வில்வண்டி ஓட்டிக்கிட்டிருந்த எங்க தாய் மாமா அந்தோணிசாமி நாயக்கர் எங்கள ஸ்ரீவில்லி புத்தூருக்குக் கூட்டிட்டு வந்து மடத்திலே சேர்த்துப் படிக்க வச்சார்....

"ஆதியிலே எங்க குடும்பம் இந்துதான். எங்க மாமா பேரு அங்காநாயக்கர். அப்புறந்தான் அந்தோணிசாமி நாயக்கர்'ன்னு ஆனார். என் பேரு'கண்ணம்மா'வாயிருந்தது?"

"ஓ... எங்கள் பாரதிக்குப் பிடிச்ச பேரு..."

"உங்களுக்கு பாரதியார் ரொம்பப் பிடிக்குமோ?"

"பிடிக்குமாவா... அவர்தான் என் குரு, வழிகாட்டி. . தோழர்..."

"......................"

"அப்புறம் சொல்லுங்க..."

"அப்புறம் சொல்றதுக்கு என்ன இருக்கு.... மடத்திலே படிச்சு கன்னியாஸ்த்ரீயாகி... இப்ப இந்த மடத்துக்கு வந்திருக்கேன்...."

கண்டக்டர் "டிக்கட்" என்றார். பணம் கொடுத்து டிக்கட்டும் சில்லறையும் வாங்கிக்கொண்டான். 'கொன்ஸ்க்கியாவைப் பலமுறைபுண்படுத்தி விட்டேன்... கடைசியிலேயும் அப்படித்தான்...'

கன்னியாஸ்த்ரீயாகி இந்த மடத்துக்கு வந்திருக்கேன்னு அவ சொன்னவுடனே...

"உங்க அப்பா உயிரோடு இருந்திருந்தால் உங்க வாழ்க்கை வேறு விதமாக ஆயிருக்கும்" என்றான்.

"எல்லாம் ஆண்டவர் சித்தம்" என்று பதில் சொன்னாள்.

"இல்லை. இது வறட்டு வேதாந்தம். சூழ்நிலைதான் மனித வாழ்வை நிர்ணயம் பண்ணுது...." அழுத்தமாகச் சொன்னான்.

"அது உங்கள் கொள்கை. உங்கள் வழி உங்களுக்கு.... எங்கள் வழி எனக்கு...." படக்குன்னு சொன்னாள். அதற்குப் பின் மௌனம்தான். நேரம் மெதுவாக நகர்ந்தது.

"கிணுங்.... கிணுங்.... கிணுங்...."

கொன்ஸ்க்கியா எழுந்தாள். "பிரேயருக்கு மணியடிச்சாச்சு."

'முடிவும் பிரிவும் இப்படி இருந்திருக்க வேண்டாம்....' என்ற எண்ணத்தோடு பதைத்து எழுந்தான்.

வரவேற்பறையில் இருந்த தன் பையைக் கையில் எடுத்துக்கொண்டு, "நான் போய்ட்டு வர்றேன்...." என்ற வார்த்தைகளை மிகச் சிரமப்பட்டுச் சொன்னான்.

"இல்ல.... கேட் வரை வாரேன்...." என்று சிரித்தாள். தமிழுக்கு சந்தோஷமாக இருந்தது.

"பிரேயருக்கு மணியடிச்சாச்சிலே...."

"இன்னும் பத்து நிமிஷம் இருக்கு...."

வராண்டாவைத் தாண்டிய பொழுது "நான் உங்களுக்கு ஒரு மலர் கொடுக்கட்டுமா?" மிக மென்மையான குரலில் கேட்டாள்.

"....ம்...." புன்னகையோடு தலையசைத்தான்.

"ரொம்ப நன்றி உங்களுக்கு...." என்று கூறிக்கொண்டே குடு குடு வெனத் தோட்டத்திற்குள், ஓடினாள். பின்னால் அவன் நடந்தான்.

"வழியிலே எவ்வளவோ பூ இருக்கே?"

"இதுதான் நான் வைத்த வெள்ளை ரோஜாச்செடி...."

குண்டாக செழிப்பாக மலர்ந்த வெள்ளை மலரை அவசரமாக பறிக்க முற்பட்டாள். கையில் முள் குத்திவிட்டது. "ப்....பூ..பூ..."ன்னு கையை உதறினாள். மீண்டும் பறிக்க முயற்சித்தாள்.

"பறிக்க முடியலே....பல்லாலே கடிச்சு எடுத்துத் தரட்டுமா...."

அந்தக் கேள்வி தமிழ் நெஞ்சில் குத்துவதாக இருந்தது. "...ம்...."

அவள் கன்னங்களில் புன்னகை. ரத்தம் ஒரு பக்கம் வழிந்துகொண்டிருந்தது. பசுமையான இரண்டு இலைகளுக்கு நடுவே வெள்ளை ரோஜா அவள் கையில் சிரித்துக் கொண்டிருந்தது.

"என்ன இது....?"

"ரோஜா காயமாயிரக்கூடாதேன்னு முயற்சி பண்ணினேன். ரோஜாச் செடி என் கன்னத்தைக் காயப்படுத்திருச்சு."

"இந்தாங்க தொடச்சுக்கங்கோ" கர்ச்சீப்பை நீட்டினான்.

"ம்.... கூம்...." தலையசைத்தாள்.

"உங்க கர்ச்சீப்பாலேயாவது தொடச்சுக்கங்க...."

"வேண்டாம். தொடச்சா முழுவதும் போகாது... கர்ச்சீப்பும் கறையாயிரும் .... உள்ளே போய்க் கழுவிக்குவேன்...."

இரு கைகளாலும் வெள்ளை ரோஜாவை நீட்டினாள்.

"எத்தனையோ முறை 'நன்றி' 'நன்றி'ன்னு சொல்லிட்டீங்க, எண்ணியிருந்தா பத்துப் பன்னிரண்டாவது இருக்கும்... எனக்கு எப்படி நன்றி, சொல்றதுன்னே தெரியலே. . . ."ன்னு சொல்லிக்கிட்டே மலரை வாங்கிக்கொண்டான்.

அவனை ஆழமாகப் பார்த்து "நன்றி" என்று சொல்லித் திரும்பி. . .திரும்பிப் பார்க்காமல் கோயிலை நோக்கி ஓடினாள்....

பஸ் புறப்பட்டது. கடைத்தெரு, ஏரி, பாலம், 'ஹோட்டல் தமிழ்நாடு', விடுமுறை இல்லங்கள்.... கடந்தன. கொடைக்கானல் பயணம் முடியப்போகிறது. 'நன்றி' என்ற வார்த்தையே எங்கும் ஒலித்தது.

'தோட்டக் கலைத்துறை வரவேற்கிறது' போர்டு வந்தது. அடுத்து அவள் கான்வென்ட்தான். விழிதெறிக்க வெளியிலே தலையை நீட்டிப் பார்த்து வந்தான்.

'கரண்ட் இல்லையோ?' கான்வென்ட் இருண்டு கிடக்கிறது. அவன் மனம் வருந்தியது. பஸ் கூரிய வளைவில் திரும்ப மிக மெதுவாக ஊர்ந்துகொண்டிருந்தது. தமிழ்ச்செல்வனுக்கு

வியப்பு! சந்தோஷம்!!! பெரிய மெழுகுவர்த்தியைப் பிடித்துக்கொண்டு வராண்டாவில் அவள் நின்றுகொண்டிருந்தாள்.

அந்த ஒளியில் கண்ணாலும் மனத்தாலும் அவள் எழில் முகத்தைத் தரிசித்தான்.

கைகளை வெளியே நீட்டி, "கண்ணம்மா...." என்றான். அவள் மெழுகுவர்த்தியை இடது கைக்கு மாற்றி வலக்கை தூக்கி அசைக்கவிருந்த நேரத்தில் மெழுகுவர்த்தி அணைந்தது.

கைப்பிடிக் கம்பியில் மௌனமாகக் குமுறி மோதினான். ரகசியமாகக் கண்ணீரைத் துடைத்துக் கொண்டு நிமிர்ந்தான். . . . . பஸ் விளக்கு ஒளியில் எதிரில் தெரிந்த போர்டைப் பார்த்தான். சிரிப்பு வந்தது...'நன்றி'! மீண்டும் வருக!'

'அமுத சுரபி' ஆகஸ்ட் 1993

அன்னலட்சுமி பேக்கரி

'யோசிச்சு செஞ்சிருக்கலாம். . .'

– மனசு அவஸ்த்தப்பட்டது.

ஒட்னே அறிவிப்புக் குடுப்பாருன்னு எதிர்பார்த்தார். அத தன் ரூம்லேருந்தே கேட்டு சந்தோஷப்படணும்'னு ஓடினார்.

நிமிஷங்கள் நகர்ந்தன. . . . படபடப்பு அதிகமாச்சே தவிர அறிவிப்பு வரல. ரூம்லேருந்த ஒலிபெருக்கிப் பெட்டியப் பாத்துக்கிட்டே. . . யிருந்தார்.

"இது அவருக்கு சாப்பாடு நேரம். . . சாப்பாடு முடிஞ்சப் பெறகு அறிவிப்பு குடுப்பாரு."ன்னு கடியாரத்தக் க்டியாரத்தப் பார்க்க ஆரம்பிச்சாரு. . மத்ததில மனசு ஒட்டவேயில்ல.

'அவர் மேஜை மேல வைக்கும் போது மணி **1.50.** இப்போ மணி **2.45**. . .'

"சாப்பிடப் போன ஆசிரியர்கள்லாம் எடத்தில வந்து ஒக்காந்த பெறகு அனவுன்ஸ் பண்ணலாம்னு

காத்திருப்பாரு"ன்னு எதிர்பாத்து மனச அமைதிப்படுத்த முயற்சி பண்ணினார்.

காலையில பெட்டி படுக்கைய பேக் பண்ணி கௌம்பும் போது சின்னம்மாள் கையில. . . அதிகம் பழசாகாத. . . . வெளிச்சமான ஒரு பத்து ரூபா நோட்டாப் பாத்து எடுத்துக் குடுத்தார். . . . அவ மொகம் முழுக்க மலர்ச்சி. ரொம்ப நன்றியுணர்ச்சியோட கையெடுத்துக் கும்புட்டு 'போய்ட்டு வாங்கைய்யா'ன்னாள். அவரும் ரொம்ப சந்தோஷமா புறப்பட்டு வந்தார்.

'அவளுக்கு இன்னங் கொஞ்சம் கூடக் குடுத்திருக்கணும்'னு இப்ப தோணி கஷ்டப்படுத்துது.

அரக்கு கலர் நூல் சேல. தெனமும் அதுதான். ஒரு வேளை அதில ரெண்டு வச்சிருப்பாளாருக்குமோ. என்னவோ. . . . நடுத்தர உயரம்னு சொல்ல முடியாது. குட்டை. மெலிஞ்ச ஒடம்புன்னா அப்டீ 'ஒ'ன்னுனிருப்பா. இளமையில புது நெறமா. . . ' அழகாயிருந்திருக்கலாம். . . இப்போ வறுமையில கரிஞ்சு போயிருக்காள். தலையில எண்ணப் பெறப்பே கெடையாது. . . . செம்பட்ட தட்டிப் போன ஒரே கொண்டை. சிரிச்ச மொகம். ப்ரியமான குழிக்குள்ளேயிருக்கும் கண்கள். எல்லாமே அவளோட அளவு சொல்ல முடியாத கஷ்ட ஜீவிதத்தின் அடையாளங்கள்தான்.

வயசு நாப்பது நாப்பத்திரெண்டுதான் இருக்கணும். ஆனா தானே கெழவிங்கற நெனப்புக்கு அவளே எறங்கிட்டாள்.

"மணி 3.02. இதுக்கு மேலேயும் மதியச் சாப்பாடு சாப்பிட்டு வராம ஆசிரியர்கள் இருக்கமாட்டாங்க. இப்பவாவது கேம்ப் ஆபீஸர் அத அனவுன்ஸ் பண்ணலாம் . . ."

'இப்ப எந்த செக்கண்டிலும் ஒலிபெருக்கிப் பெட்டி கிறுபுறுன்னு சத்தம் போடும். அந்த அறிவிப்பு வரும்'னு ரூம்லேருந்த ஒலி பெருக்கிப் பெட்டியப் பார்த்தபடி அவர் மனசு துடிச்சுக்கிட்டே-யிருந்தது.

இன்னைக்கு கடைசி நாள். வழக்கமா எல்லாக் கேம்ப்லேயும் கடைசி நாள் அன்னைக்கு பேருக்கு மூணு நாலு பேப்பர்தான் திருத்தறதுக்கு குடுப்பாங்க. . . . அதிகமாப் போனா அஞ்சு.

மத்தபடி டி. ஏ, டீ. ஏ. பணம்; ரெஃப்ரெஸ்மென்ட் சார்ஜ்; தாள் திருத்தியதற்கான மதிப்பூதியம். இதெல்லாம் கணக்குப் பாக்கறது. . . . அதற்குரிய படிவங்களப் பூர்த்தி செய்யறது. அதுகள்ல ரெவின்யூ ஸ்டாம்புகள் ஒட்டி கையெழுத்துப் போடற வேலைகள். . . . டூட்டி சர்டிபிக்கேட், மதிப்பீடு பற்றிய அபிப்ராய அறிக்கை தயாரிப்பது. . . வகையறா நடக்கும்.

பொதுவா எல்லாக் கணக்குகளும் முடிஞ்சிட்டா. . . . மத்தியானம் ரெண்டு மூணு மணிக்கு மேல பணத்த பட்டுவாடா செஞ்சு தேர்வாளர்களை அனுப்பி வச்சிருவாங்க. . . .

சில கேம்ப் ஆபீஸர்கள் ரொம்ப நவீன காலத்து முற்போக்காளர்களாகவும். . . ., கொஞ்சம்

துணிச்சல்காரங்களாகவும் இருப்பாங்க. . . வேலைகள்லாம் முடிஞ்சிட்டா காலை **11** அல்லது **12** மணிக்கே பணத்தக் குடுத்து, பத்துப் பன்னிரெண்டு நாள் ஊர விட்டு வந்திருக்கிறவங்க. . . இன்னைக்கே வீட்டுக்குப் போயி. . . மனைவி (கணவன்) மக்களப் பாத்து சந்தோஷப்படட்டும்னு அனுப்பி வச்சிருவாங்க. . . .

சில ஆபீஸர்மார்கள்' இன்னைக்கும் இவங்களுக்கு டீ. ஏ. போட்டிருக்காங்கள்ல. . . . அதனால சாயங்காலம் அஞ்சு மணிக்கு மேலே போகட்டும்'னு பிடிவாதமா போட்டு எடுத்திருவாங்க. . .

ஆசிரியைகள்லாம் தங்களோட எடங்கள்ல. . . . அல்லது தங்கள் தோழிமார்களின் ரூம்கள்ல ஒக்காந்து அரட்டை அடிச்சிக்கிட்டிருந்தாங்க. . . .

ஆண்கள் வயதுக்கேற்ப, பென்ஷன் கணக்குப் போட்டுப் பாக்றவங்க — ரூம்கள்லே பெஞ்சுகள்லே நீட்டி நிமிந்தும். . . . சிலர் டெஸ்க்குகள்ல சாஞ்சும். . . பணப் பட்டுவாடாவை எதிர்பார்த்திருந்தாங்க.....

நடுவயது தாண்டியவர்கள். — ஏ. ஈ. ஓ. டெபுடி இன்ஸ்பெக்டர்., தலைமை ஆசிரியர் பதவி உயர்வுப் போருக்கான படை திரட்டும் முயற்சிகள மரத்தடிகள்லே திட்டமிட்டுக்கிட்டிருந்தாங்க.

இளசுகள் — எங்கும் போல அறைகளை ஏக்கப் பார்வைகளால் வழிச்சு குடிச்சுக்கிட்டு வராண்டாக்கள்ல நடமாடுச்சுக.

மணி நாலை எட்டிக்கிட்டிருந்தது. இவருக்கு இதுக்கு மேலே ரூம்லே ஒலிபெருக்கிப் பெட்டிய பாத்துக்கிட்டு ஒக்கார்ந்திருக்க முடியல. வெளியில கிளம்பினார்.

'சின்னம்மா மொகமெல்லாம் மலந்து கையெடுத்துக் கும்புட்டு போய்ட்டு வாங்கன்னது... வெறும் அந்த ரூபாய்க்கில்லே....'

"அவ பேசினத நான் கேட்டதுக்கு.... அவ பேச்ச இந்தப் பெரிய்ய டவுன்ல கேக்க யார் கெடப்பா?"

இந்தப் பத்துநாள் சாயங்காலத்திலேயும், காலையிலேயும் அவ பேசினதெல்லாம் பச்சாதாபத்தோட அவர் கேட்டார்.

அவ புருஷன் செத்து இருபது வருஷம் ஓடிப்போச்சு. அவன் வேல பாத்த மில்லில குடுத்த சொற்ப பணத்தக் கொண்டுக்கிட்டு தன்னோட ஒரே மகளக் கூட்டிக்கிட்டு இருபத்தி மூணு வயசுல விதவையா இங்கே ரெயில்வே கேங்கு கூலி வேல பாக்ற அண்ணன் வீட்டோட வந்து சேந்தாள்.

பதினைஞ்சு வருஷமா இந்த நர்சரிப் பள்ளியில ஆயா வேல பாக்காள். பள்ளி கொடத்தப் பெருக்கறது, தண்ணி எடுத்து வைக்கறதுனு, கொழந்தைங்க சாப்பிட்ட இடத்தப் பெருக்கி கழுவிவிடறது... பள்ளி நேரத்தில ஆய்வா்ற குழந்தைகள லெட்ரினுக்கு கூட்டிட்டுப்போய்

ஆயிருக்க வச்சு கழுவிவிட்டு கூட்டிட்டு வர்றது. மிஸ்களுக்கு மேக்கொண்டு எடுபிடி வேலை செய்யறது. . . . இப்டீ. . . .

வேல. . . . வேல. . . . வேலதான். ஆனா சம்பளந்தான் ஒண்ணுமில்லேன்னு சொல்லலாம். வந்து முப்பது ரூபாய் சம்பளத்துக்கு பத்து வருஷம் ஓழச்சா. இப்போ 75.

அறுபது ரூபாய அண்ணன் வீட்லே குடுத்திடுவாளாம்.

ஆசிரியர்கள் நின்னு பேசற மரத்து அடிகள் பக்கமாப் போய் நின்னு நின்னு பாத்தார்.

மைக்லே அறிவிப்பு வந்திருமோன்னு திடீர் திடீர்ன்னு எதிர்பார்த்தார்.

'வந்த ஒடனேயே ஆசிரியர்கள்ட்ட சொல்லியிருக்கலாம். இப்ப போயி சொன்னா, ஆர்ட்டிபிஸியலாயிருக்கும் . . . . தற்பெருமைய பீத்தற மாதிரியிருக்கும். . . . ரூமுக்கே நடந்தார்—

எடத்தில ஒக்காந்தார், 'பாவம் சின்னம்மாள்.' ராத்திரி ஒரு தடவதான் அண்ணன் வீட்ல சாப்பிடுவாளாம். . . . காலையில காப்பி மட்டும் குடிச்சிட்டு ஸ்கூலுக்கு வந்திடுவாளாம். . . . மத்தியானச் சாப்பாடு. . . . பசங்க பாத்திரங்கள்ல ஒட்டியிருக்கிற மிச்ச மீதிதானாம்.

அவளோட நேர்மை.தான் குடுக்கறது அறுபது ரூபாய். அதுக்கு ஒரு நேரஞ் சாப்பிட்டு ஒரு மூலையில் மொடக்கி எந்திருச்சு வந்திர்றாள்.

'நான் கூடக் குடுத்திட்டு வந்திருக்கணும். . .' இந்த நகராட்சியில மூணு நாளைக்கு ஒரு தடவதான் தண்ணீர் விடுறாங்களாம். . . . சுத்தமா அந்த நர்ஸரி ஸ்கூல்ல தண்ணியே இல்ல.

அந்த ஆயா எப்படியோ சமாளிச்சு தெனம் காலையில ஒரு கொடமும் சாயங்காலம் ஒரு பக்கெட்டும் நல்ல தண்ணி கொண்டாந்து குடுத்திட்டாள்.

இவர் அந்த தண்ணிக்கு ஒரு நாளைக்கு ஒரு ரூபா ரேட் போட்டு பத்து ரூபா குடுத்திட்டார். "ஞாயமா ஒரு கொடத்துக்கு 50 காசும். . . பக்கெட்டுக்கு 25 காசும் ஆக 75 காசுதான் ஆகும். . . ஆனா நான் பெருந்தன்மையா ஒரு ரூபா ரேட் போட்டுக் குடுத்திட்டேன்'ங்கறது இவரோட நெனப்பு.

'வெளியிலே தங்கினா அதிகம் செலவாகும். அதோட இவ்வளவு காற்றோட்டமும் இருக்காது'ன்னு இவரோட நண்பர் இந்த நர்சரி ஸ்கூல் கரஸ்பாண்டென்ட்டுக்கு லெட்டர் குடுத்துவிட்டார்.

கரஸ்பான்டென்ட்டும் பள்ளிக்கூடம் லீவாயிருந்ததால வசதியான ஆசிரியர்கள் அறைய இவருக்குக் கொடுத்திட்டார். ஃபேன் இருந்திச்சு. பெஞ்சுகளை ஒட்டிப் போட்டு படுக்கை தயாரிக்க முடிஞ்சது.

பத்து நாட்கள் லாட்ஜிலே ரூம் எடுத்து தங்கியிருந்தா. . . . 300 ரூபாய் ஆகியிருக்கும். . .

ரெண்டு மூணு பேரு சேர்ந்து ரூம் எடுத்துத் தங்கியிருந்தாக்கூட ஆளுக்கு ரூ250 ஆகியிருக்கும்...

'பாவம் சின்னம்மாள்!'

மகளையும் மருமகனையும் சித்திரை திருவிழாவுக்கு அழச்சுட்டு வர அவளுக்கு கொள்ள ஆசை. ஒரு காயிதம் போட்டா ஓடியாந்திருங்க. புதுத்துணி எடுக்க வேண்டாம். போக வர பஸ் சார்ஜும் திருவிழாச் செலவுக்கு ஒரு பத்துப் பதினைஞ்சாவது குடுக்கணும். . . . அதுக்கு ஏது வழி?"ன்னு ஒரு தடவ ஆதங்கப்பட்டாள்.

இவர் ஊர் 'பாவநாசம்'னு சொன்னவுடனேயே இவர் மேல ஒரு வாஞ்சை அவளுக்கு.

'எம் மகள ஒங்க பக்கத்லேதான் கட்டிக் குடுத்திருக்கேன். சேரமாதேவியிலே. மருமகன் ரிக்ஷா அடிக்கார். பேரு சுப்பையா. பஸ் ஸ்டாண்டுக்கு முன்னாடியேதான் நிப்பாரு'ன்னு பல தடவ ப்ரியம் பொங்கிப் பொங்கிவரச் சொன்னாள்.

"மகளுக்கு கல்யாணமாகி அவங்க ஊர்ல போயி விட்டுட்டு வந்து முழுசா மூணு மாசமாகுது. மக கண்ணுக்குள்ளேயே இருக்கான்னாள்...."

'அந்த 150 ரூபாய் அவளுக்கு குடுத்திருக்கலாம்!'
'அப்பாடா! குடுத்திருந்தா....???'

"மகளயும் மருமகனையும் சித்திரத் திருவிழாவுக்கு அழச்சு சந்தோஷமா.... தடபுடலாக்

கொண்டாடி. . . .சின்னம்மா சந்தோஷத்லே மூழ்கி பெரியம்மாளா எந்திருச்சிருப்பாள். . . .'

"நான் தப்புச் செஞ்சுட்டேன்." மனசுக்குள்ளிருந்து குமுழ் வந்தது.

"சே. . . . இதுல ஒண்ணுந் தப்பேயில்லே." மனசைத் தேத்தினார். . . . ஆனா இம்சை அதிகமாச்சு. . . .

"ஒண்ணுக்கு மத்த விஷயங்களுக்கெல்லாம் 'புளுக்கு' 'புளுக்கு'ன்னு மைக்கில அனவுன்ஸ் பண்ற இந்தக் கேம்ப் ஆபீஸர். . . . இதுக்கு மட்டும் மைக்கத் திருகவே மாட்டேங்காரே. . . . கொஞ்சமா. . . . சொளையா 150 ரூபாய். . . . 15 பத்து ரூபாய்கள். . . . அவ்வளவும் புத்தம் புதிய நோட்டுக்கள். . . ."

மணி 4-க்கு மேலாயிருச்சு. . . . எல்லாரும் பணத்த எதிர்பாத்து அவங்க அவங்க ரூம்களுக்குப் போய். . . . அவங்க அவங்க எடத்திலே ஒக்காந்து கேம்ப் ஆபீஸரச் சபிச்சுக்கிட்டிருந்தாங்க. . . .

"இவர் திருநெல்வேலியிலே இருந்தப்போ டிரான்ஸ்பர்க்கு-ன்னு ஏகப்பட்ட பேர்ட்டே ஆயிரக்கணக்கில வாங்கிட்டு சத்தமில்லாம தர்மபுரிக்கு மாத்திப் போயிட்டாரு. . . . அப்புறம் என்ன குய்யோ முறையோன்னு ஓலம் போட்டு எல்லாம் தர்மபுரிக்கு படையெடுத்துப் போனாங்க. . . . இவர் மேல என்குயரி வரைக்கும் வந்திருச்சு. . . ."

இவருக்கு ரொம்ப எரிச்சலா. . . . . யிருந்திச்சு.

“இதவிடப் பெரிய அநியாயம். . . . பெரிய வேடிக்கை. . . . இந்த வருஷம் எங்க பள்ளிக்கூடத்திலே நடந்தது. . . .”ன்னு உள்ளூர் குண்டு டீச்சர்தான் சொல்ல வந்தத சொல்ல முடியாம சிரிச்சுக்கிட்டு கஷ்டப்பட்டாங்க. . . .

அந்த ரூம்லேயிருந்த எல்லோருடைய கவனமும் அந்த டீச்சர் மேல திரும்புச்சு. . . . இவரும் குண்டம்மா சொல்றதக் கேட்டாரு.

இந்த வருஷம். . . . ஆரம்பத்ல. . . . இவர் எங்க பள்ளிக் கொடத்துக்கு விசிட் வந்தார். . . . ஹெட் மாஸ்டர் ரூம்லேயிருந்த பேன்ஸியான பொருட்களைப் பாத்து “இதெல்லாம் என்னையா?”ன்னு கேட்டிருக்கார்—

“இந்த வருஷம் +2 விலே சப்ஜெக்ட் வாரிய ஃபஸ்ட்மார்க் வாங்கின மாணவர்களுக்கு பரிசு குடுக்கறதுக்காக வாங்கி வச்சிருக்கோம் சார்”ன்னு எங்க ஹெச். எம். சொல்லியிருக்கார்.

“ரொம்ப அழகா. . . . இருக்கே. . . .”ன்னு ரெண்டு பொருட்களை எடுத்து தன்னோட ஜீப்பிலே வக்கச் சொல்லி ப்யூன்ட்ட குடுத்திட்டாராம். . . ”ன்னு டீச்சர் சொல்லி முடிக்கலே. . . . ஒரு ஆசிரியர் “இது. . . . எப்படியிருக்கு.”ன்னார். ஒரே சிரிப்பு.

அந்த டீச்சர் அதோட நிறுத்தல. . . "சங்கதி அதோட போகல. எங்க ஹெச். எம். வந்து ஆசிரியர்கள்லாம் ஆளுக்கு அஞ்சு ரூபா குடுங்க நாளைக்கு அந்த ரெண்டு பொருட்களையும் திரும்ப வாங்கி மாணவர்களுக்கு பரிசு குடுத்திரலாம்'னு சொன்னாரே பாக்கலாம் . . . ."

"நீங்க ஏமாற. . . அதுக்கு நாங்க தெண்டம் அழணுமா சார்'ன்னு என் ஃப்ரண்டு ஒருத்தி கேட்டுட்டாள்"ன்னு டீச்சர் சொல்லி முடிக்கு முன்னே–

"இ. . . தெப்டீ?"ன்னு ஒருவர் உரக்க கேக்க. . . ரூமே சிரிப்பிலே அதிர்ந்தது.

இவருக்கு மட்டும் சிரிப்பு வரல. வயித்தெரிச்சல் அதிகமாச்சு. இவருக்கு ரொம்ப அசிங்கமாத் தெரிஞ்சது. . . மொதல்ல அந்த ஆஷாடபூதி கேம்ப் ஆபீஸர். இது ஒடனே இவர் மேலேயே மாறிரிச்சு.

'இனிமே அறிவிப்புக் குடுக்க மாட்டாரு. . . அறிவிப்பு குடுப்பாருன்னு எதிர்பாக்கறதே முட்டாள்தனம்தான். ஞானம் பிறந்தது.

ஏக்கம் நெறைஞ்ச பார்வையோட அந்தப் பொண்ணு நினைவில் வந்தாள். தாமதித்திருந்தால் அவளே கீழே குதிச்சு அவர்ட்ட ஓடி வந்திருந்தாலும் வந்திருப்பாள். . . . அவர் கொஞ்சம் வேகமா எட்டு போட்டு நடந்து வண்டிய முந்திட்டார்.

வண்டி நெறைய ஈரமணல அள்ளி நீள சைஸ் முக்கோணம் மாதரி தீத்தியிருந்தது ரொம்ப

அழகாயிருந்துச்சு. அதுக்கு பின்னாலயிருந்த கொஞ்ச எடத்தில அவ ஒக்காந்திருந்தாள். இவர் வண்டிக்குப் பின்னால சைடுலே நடந்து வந்தார்.

அவளுக்கு பன்னெண்டு பதிமூணு வயசிருக்கணும். நல்லா வளர்ந்திருந்தாள். கருப்பா, வளமான உடம்பில்ல. வண்டியோட்ற அவங்க அப்பாவுக்கு தொணையா வேல செஞ்சிருக்காள். வண்டியோட்றவரு அப்பாவாயிருக்காது.... தாத்தாவாயிருக்கணும். அவரால மணல் தட்டத் தூக்கி வண்டியிலே போட முடியாது. அவர் மம்மட்டியால அள்ளிவிட்டிருப்பாரு.... இவ செமந்து வந்து மணல் தட்டை வண்டியிலே போட்டிருக்கணும்....

இவர் குனியும்போதே அவளும் இவரக் கவனிச்சிருக்கணும். ஆனா நிச்சயம் அவ மொதல்ல அந்த ரூபாயப் பாக்கல.

கத்தையா கெடந்தது. அவ்வளவும் பத்து ரூபாய் நோட்டுக்கள். புதுசா.... பள.... பள....ன்னு ரெண்டா அழுத்தி மடிச்சபடி....

அவர் கையில அத எடுத்து விரிச்ச போதே அந்தப் பொண்ணை கவனிச்சார். அவ கண்ணும் ஆவலாய்ப் பறந்து அந்த ரூபா மேல நின்னது. கீழே கெடந்து எடுத்த ரூபாதானே....?

இவர் மடமடன்னு எட்டு வச்சு வண்டிய முந்திட்டார். அந்தப் பொண்ணு பாவம். ரொம்பக் கஷ்டப்பட்டிருக்கணும். அவங்க அப்பா அல்லது

தாத்தாக்கிட்டக்கூட ஒடனே சொல்றதுக்கு வழியில்லே. இடையில மணல் கோபுரம். அப்படியே சொன்னாலும் லேசுல அவருக்கு கேக்காது. . . . அவர் காதோடு சேத்து தலப்பா வேற கட்டியிருந்தார். போக்குவரத்துச் சத்தங்கள். . .

“இவர் தேர்வுத்தாள் திருத்தும் மையத்திற்குள் நொழஞ்சிட்டாரு. மனசு படபடன்னு அடிச்சது. . . இது யாரோடதோ. . . . பாவம்! பணத்தப் போட்டவரு பாதை வழியே தேடி வந்தா. . . . எடுத்திருப்பாரே. . . .’ ‘இல்ல. அதுக்குள்ளே வேற யாராவது எடுத்திருப்பாங்க. . . .’ யாரு எடுத்திருப்பாங்களோ என்னவோ. . . நான் எடுக்காம வந்திருக்கலாம் . . .”

ரெண்டு வருஷத்துக்கு முன்ன திருவள்ளுவர் பஸ்ஸிலே போய்க்கிட்டிருக்கும்போது ஒரு அஞ்சு ரூபா நோட்டு வந்து காலடியிலே விழுந்தது. “யாரோட ரூபாயோ. . . . பறந்து வந்திருக்கு”ன்னு சொன்னார்.

ஒரு தடவை பஜாருக்கு போகும்போது வழியில ஒரு ஓர் ரூபா கெடந்தது. . . . குனிஞ்சு எடுக்காம போனார்.

“. . . இந்தத் தடவையும் அப்படி வந்திருக்கலாம் . . . .”

ஆத்துக்குள்ள நடந்து வரும் போது தெளிந்த நீரோட்டத்தில் அம்பது காசு கெடக்கறது தெரிஞ்சு குனிஞ்சு எடுத்தார். அத கையில அப்டியே பிடிச்சுக்கிட்டு வந்து கூலி வேலைக்குப் போற ஒரு அம்மாவுக்குப் பின்னாடி அழுதுக்கிட்டே ஓடுன ஒரு

பெண் கொழந்த கையில குடுத்தார். அதொட அழுக நின்னதப் பாத்தார்.

‘அது மாதிரியாவது செஞ்சிருக்கலாம் . . . .’

மணல் வண்டிப் பொண்ணு பாவம். கிழிஞ்சு கந்தல் கந்தல்களாத் தொங்கற பாவாடை. நெஞ்சுகள் பெரிசாயிருச்சு. தாவணி போட்டுக்க முடியாத வறுமை.

‘அந்த நூத்தியம்பது ரூபாயையும் அவ கையில குடுத்திருக்கலாம். . . அவ எவ்வளவு பூரிச்சு போயிருப்பா?— நமக்கும் எவ்வளவு சந்தோஷமாயிருந்திருக்கும்.?’ ‘வளர்ற நெஞ்ச நல்லா மறச்சு. . . . அழகா. . . . தாவணி போட்டுக் கிட்டிருப்பாள். . . .’ ‘தாவணி வாங்கிக்கோ’ன்னு சொல்லியே குடுத்திருக்கலாம்.

ஏன் இவர் கேம்ப் ஆபீஸர்ட்ட போய்க் குடுத்தார்?

மைக்கில அனவுன்ஸ் பண்ணாங்க, “டிபன் ஃபாக்ஸ் ஒன்று எடுத்து வைக்கப்பட்டுள்ளது. . . . உரியவர்கள் கேம்ப் ஆபீஸரிடம் பெற்றுக்கொள்ள வேண்டியது. . ” அதே மாதிரி குடை. . . .

‘அதனால நான் அந்த ரூபாயை கேம்ப் ஆபீஸர்ட்ட குடுத்தது சரின்னும் சொல்ல முடியாது. . . .’

‘வேல்யூஷன் சென்டர் காம்பஸ்’ங்கறது இந்த ஸ்கூல்தான். இந்த ஸ்கூல் காம்பவுண்டுக்குள்ளே ஏதாவது பொருள எடுத்திருந்தா. . . அத கேம்ப்

ஆபீஸர்ட்டே குடுக்கறது சரியாயிருக்கலாம். . . . இது?

மதியம் ஒண்ற மணிக்கு சாப்பிட்டு திரும்பிக்கிட்டிருக்கும்போதுதான் அந்தப் பணத்தைக் கண்டெடுத்தார்.

எல்லாரும் ஊருக்குப் போற அவசரத்லேயும் ஜாலி மூடுலேயும் இருந்தாங்க. . . . இவர் உறஞ்சுபோயி ஒக்காந்திருந்தார். மனசுக்குள்ளே ஊம வேதனை.

இவங்க வீட்டுக்குப் பக்கத்திலே சதாசிவங்கற பையனோட அப்பா பத்து நாளைக்கு முன்ன இறந்து போய்ட்டார். தீப்பெட்டி ஆபீஸில் வேல பாத்தவரு. அஞ்சு பிள்ளைங்க. அவர் மனைவி வயித்ல வயித்ல அடிச்சுக்கிட்டு தரையில விழுந்து நிராதரவா கதர்னாங்க. . . . சதாசிவமும் அவன் தம்பியும் இவங்க ஸ்கூல்லதான் படிக்கிறாங்க. . . .

‘அவங்களுக்கு அந்த 150 ரூபாயில புஸ்தகம் நோட்டு வாங்கிக் குடுத்திருக்கலாம். . . .’

பின்னாடி கிழிஞ்சு தொங்கற டவுசர போட்டுக்கிட்டே திரியர ராஜகருப்பசாமி. . . . மாதக் கணக்கா ஒரே சட்டையப் போட்டிருக்கிற குமார். . . மதியச் சாப்பாட்டுக்கு வீட்டுக்குப் போகாம தண்ணி குடிச்சிட்டு ஒக்காந்திருக்கிற மெக்கேல்ராஜ். . . . பொன்ராஜ் . . . .

'கொறஞ்சது அஞ்சு பேருக்காவது நோட்டுக்கள் வாங்கிக் குடுத்திருக்கலாம்....'

'அநியாயமா.... அந்த எமன் டேபிள் மேல வச்சுட்டு வந்துட்டேன்....'

கேம்ப் ஆபீஸர் ரூமுக்குப் போனப்போ.... அவருடைய கிளார்க் "என்ன விஷயமா பாக்கணும் சொல்லுங்க"ன்னு கேட்டார். அப்போ சொல்லியிருந்தா. "குடுங்க நான் குடுத்திர்ரேன்"ன்னு சொல்லி வாங்கி கேம்ப் ஆபீஸர்ட்ட குடுத்திருப்பார். இல்ல அவரே வச்சிக்கிட்டிருப்பார். அந்த கிளார்க்கு கூட வச்சுத் தொலைஞ்சுட்டுப் போயிருக்கலாம் .... கொறஞ்ச சம்பளக்காரன்....

"நான் கேம்ப் ஆபீஸரப் பாக்கணும்..." "நான் கேம்ப் ஆபீஸரப் பாக்கணும்"னு சொல்லிட்டு உள்ளே போயிக் குடுத்தேனே?

எப்படி?

'ஐயா வணக்கம்!'ன்னு பவ்யமாச் சொல்லிக்கிட்டு நெருங்கினேன்....

நிமிர்ந்து பார்த்த அவர் என் வணக்கத்துக்கு கொஞ்சம் தலயசைச்சிருக்கலாம்.... 'என்ன?' பார்வையாலையே –

"வசந்தவிகார் ஹோட்டல்ல சாப்பிட்டு நம்ம காம்பஸ்க்கு வரும்போது ரோட்ல இந்த 150 ரூபாய் கெடந்தது"ன்ன ஒடனே–

கை நீட்டல. மொகத்தில அதிகாரப்பூச்சு கலையவேயில்ல. . . . ஒரு பாராட்டோ. . . . வியப்போ புன்னகையோ மொகத்தில இல்ல. தன் டேபிள கண்ணாலயே காட்டி “வச்சிருங்க”ன்னுட்டார்.

அடிமை நான். சும்மாவது திரும்பியிருக்கலாம் திரும்ப “வணக்கம்ய்யா. . . வர்ரேன்” ன்னு சொல்லிட்டு வந்தேன்.

ஜலதாரையில கூனிக் குறுகித் தெரியற அசிங்கம் பிடிச்ச மூஞ்சூரு மாதரி அவரே அவருக்குத் தெரிஞ்சது.

“ஒரு ஓர் ரூபா நாணயத்தப் பார்த்தும் தலை குனியாம நடந்துபோன மாதிரி . . . . இந்த கத்தையான புதூ பத்து ரூபா நோட்டுகளப் பாத்து தல குனியாம நான் போயிருந்தா . . . .???”

‘நான் வீரன் !!!’ கண்களில் கண்ணீர் குமுழ்விட்டது.

‘அவளுக்கே குடுத்திருக்கலாம் . . . .’

மணல் வண்டிப் பொண்ணோட நிறமே காண முடியாத கந்தல் பாவாடை மறஞ்சு. . . . பல வண்ண அழகான பாவாடை தாவணியில சிரிச்சுக்கிட்டு தெரிஞ்சாள்.

‘கேவலம். . . .! கேவலம்! நான் அப்பிடி வேகமா எட்டுப்போட்டு ஓடியிருக்க வேண்டாம் . . . .!’

மகளையும் மருமகனையும் சித்திரத் திருவிழாவுக்கு அழச்சிட்டு வந்து மகிழ்ச்சியில்

பொங்கித் திளைச்சிருப்பா, சின்னம்மாள். தலையில எண்ணெய் தேச்சு புதுசா கொண்டை போட்டிருக்கறது தெரிஞ்சது.

கேம்ப் ஆபீஸர் சுத்தி வரும்போது எடத்லேர்ந்து எந்திரிக்கிற மாதிரி பாவலா பண்ணதோ. . . விஷ் பண்ணதோ . . . . கெடையாது.

ஆனா இத ஓடிப்போயி ஒப்படைக்க கூனிக் குறுகிப்போய் நின்னுட்டார். . . .?

"நான் அடிமை!"

ஒலி பெருக்கிப் பெட்டிக்கு உயிர் வந்து கிறுபுறுன்னு முனங்கியது. இவர் நனவுலகத்துக்கு வந்தார். இவருள் ஒரு சிறு மலர்ச்சி.

"தேர்வாளர்கள். . . . அனைவரும் கவனிக்கவும் முகாம் அலுவலர் இப்போது உங்களுக்கு முக்கிய அறிவிப்பு செய்யப் போகிறார்.. . ." வழக்கம் போல அலுவலர் பராக் கூறினார்.

ஆசிரியர்கள் பணத்தை வாங்கிக்கிட்டு ஊர்களுக்குப் புறப்படறதுக்குள்ள பணம் கண்டெடுக்கப்பட்டதை கேம்ப் ஆபீஸர் சொல்லப் போகிறார் என்பதில் இவருக்கு ஒரு பரம திருப்தி. எவ்வளவு தொகை என்பதைச் சொல்லி வாங்கிக் கொள்ளலாம் என்பார். ஆசிரியர்கள் யாராவது கீழே போட்டிருந்தால் வாங்கிக்கொள்ளலாம். இல்லாட்ட அந்தச் சனியனே வச்சு தொலைஞ்சுட்டுப் போகட்டும். . . . நமக்கு ஒரு பெரிய இம்சு தொலைஞ்சது'ன்னு நிமிர்ந்து நிதானமடைஞ்சார்.

"அன்பார்ந்த ஆசிரியப் பெருமக்களே . . . . இன்னும் சற்று நேரத்தில் மதிப்பூதியத் தொகையைப் பெற்றுக்கொண்டு இந்த முகாமை முடித்துக்கொண்டு ஊருக்குப் புறப்பட இருக்கிறீர்கள் . . . ."

இவருக்கு ஷாக் அடிச்சது. கொஞ்சமும் சம்மந்தமே இல்லாத தொடக்கமாத் தெரிஞ்சுது . . .

"கோவிலுக்குப் போய் வந்தால் வீட்டுக்கு பிரசாதத்தோடு செல்லவேண்டும்; வெளியூர் பயணம் போய் வந்தால் மனைவிக்கு மறக்காமல் பூ வாங்கிச் செல்ல வேண்டும்; குழந்தைகள் உள்ள வீட்டிற்குச் சென்றால் தின்பண்டங்கள் வாங்கிச் செல்லுதல் உயர்ந்த மரபு." என்று ஒலிபெருக்கிப் பெட்டியில் வந்துகொண்டிருக்கும்போதே . . . .

"இதெல்லாம் நீங்க சொல்லி நாங்க கத்துக்க வேண்டாம். . . ."

"இத கத்துக்கிட வேண்டிய வயசா எங்களுக்கு?"

"பேரம் பேத்தி எடுத்தவங்க நிறையப் பேர் இருக்கோம் யோவ் . . . ."

– ரூம் முழுக்க சலசலப்பு.

"ஒவ்வொரு ஊரில் ஒண்ணொண்ணு ஃபேமஸ் . . .

கடம்பூர்ன்னா. . . . போளி; சேலம்னா மாம்பழம் . . . . அது மாதிரி இந்த ஊரின் ஸ்பெஷாலிடி பேக்கரி!"

“அறுக்காதீங்க சாமீ!” இங்கே சிலரின் எரிச்சல்.

“மதிப்பூதியத் தொகை முழுவதுமாக கொண்டுபோய் மனைவி கையில கொடுக்கறதில... அவங்க முழுசா சந்தோஷப்படமாட்டாங்க. . . .

இந்தவூரின் ஸ்பெஷாலிட்டியான ஃப்ளம் கேக், மக்ரோன் வாங்கிட்டுப் போங்க. . . .”

“இதெல்லாம் விட கருவாட்டுத்தூள்தான் இந்தவூர்ல ரொம்ப ஸ்பெஷல் . . . .” இப்படி ஒருவர் குரல் கொடுத்தார்.

“ரொட்டிகள் வாங்கிட்டுப் போறோம்னு . . . . கண்ட கண்ட கடைகள்ல வாங்கிட்டுப் போயி பின்ன கஷ்டப்படாதீங்க . . . .”

“ஏன் நீங்க ஏதாவது ஒரு கடைக்கு சிபாரிசு பண்ணப் போறீங்களா?” குரல்கள்.

“தமிழகம் முழுவதுமிருந்து ஆசிரியப் பெருமக்கள் வந்திருக்கீங்க . . . . இந்த ஊர் பேக்கரிகள் பற்றி உங்களுக்கு தெரியாதுங்கற தால உங்களுக்குச் சொல்றேன் . . . .”

“ஸ்ஸ். . . . ஸ். . . . ஸ். . . . ஸ். . . . ஸ். . . .”

“நம்ம காம்பவுண்டுக்கு தெக்கேயிருக்கிற ரயில்வே லெவல் கிராஸிங்கத் தாண்டிப்போனா..... பெரிய கடை வீதி வரும். அங்கேயிருக்கிற அன்னலட்சுமி பேக்கரியிலே போயி நல்ல ரொட்டிகளா வாங்கிட்டுப் போங்க . . . எல்லா

வெரைட்டிகளும் அங்கே கிடைக்கும். . . ரொம்ப தரமானதாயிருக்கும். வேண்டியளவு இன்னைக்கு புதுசா உங்களுக்காக தயாரிச்சு வச்சிருக்காங்க. . .

மறந்திறாதீங்க. . . . பெரிய கடைவீதி. . . . அன்னலட்சுமி பேக்கரி. . . ." ஒலி பெருக்கிக்கு உயிர்போனது.

"அடப் பாவீ. . . . !" உள்ளூர் குண்டு டீச்சர் அலர்னாங்க. "இந்த ஊர்ல, முதல் தரமானது. 'ஜேம்ஸ் பேக்கரி' தான். . . . ! அவங்களுக்கு போட்டியானதுன்னாக்கூட "அண்டன் பேக்கரி'யத்தான் சொல்லணும். . . . 'அன்னலட்சுமி பேக்கரி'. . . . அது மூணாந்தரமானதுல்ல. . . ."

இவர் ஒலி பெருக்கிப் பெட்டியப் பாத்துக்கிட்டே. . . . இருந்தார்.

ஆனந்த விகடன் 17-11-91

பற்று

"**சா**ர்.... உங்கள.... டீச்சர் வரச்சொன்னாங்க" ஆண் ஆசிரியர்கள் அறையின் வாசலில் நின்று பலமாச் சொன்னான்.

எண்ணெய்க் கிணற்றில் தீப்பற்றியதைப் போல அனைவர் முகமும் வாசல் பக்கம் அந்தச் சின்னஞ்சிறு மாணவன் மீது பாய்ந்தன. மதகு திறக்கப்பட்ட வெள்ளம்போல் பள்ளி முடிந்து மாணவர்கள் வெளியேறிக்கொண்டிருந்தனர்.

"என்னவா?" அவர் மட்டும் கேட்டார்.

"ஆமா... சார்"

"எந்த டீச்சர்....?"

"சின்ன டீச்சர்!"

"சின்ன டீச்சர்ன்னா?"

"எங்க டீச்சர்..."

"நீ எந்த வகுப்பு?"

"ஏழு பி"

"எங்கே இருக்காங்க . . . ."

"ஒம்பது சி யிலே"

ரொம்பவும் இவருக்கு ஆச்சரியம். இந்தப் பள்ளிக்கு வேலைக்கு வந்து பத்து வருஷமாகியும் ஒரு டீச்சர் கூடப் பேசற சந்தர்ப்பம் கூட அவளுக்கு வந்ததே இல்ல.

"வணக்கஞ். . . .சார்!"

"உட்காருங்க. . . ." என்ன விஷயமோங்கற பதட்டத்தோடேயே இவர் ஒரு பெஞ்சியில் உட்கார்ந்தார்.

'எதுவானாலும் 'ஃபேஸ் பண்ண வேண்டியதுதான்'னு மனசில திடத்த வரவழைச்சுக்கிட்டு 'சொல்லுங்க'ங்கற முறையிலே பார்த்தார்.

"தப்பாயிருந்தா மன்னிச்சுடுங்க சார். . . ."

". . . ." இவருக்கு வேர்த்தது. நாக்கு பட்டுன்னு வறண்டு போச்சு. . . ."

"ரொம்ப நாளா . . . . ஒங்க கிட்ட சொல்லணும்னு தோணிச்சு சார். . . . சந்தர்ப்பமே கிடைக்கலே சார். . . .

இன்னைக்கு பையன விட்டு கூட்டிட்டு வரச்சொல்லிட்டேன்" தயங்கித் தயங்கிப் பிறந்த சொற்கள் கண்களில் நீர்.

". . . ." இவருக்கும் கண்ணீர் தொற்று நோயானது. எதிலேயோ மாட்டிக்கிட்டது போல மனசு 'பக்'ன்னது.

"நாங்க ஒண்ர லட்ச ரூபாயல வீடு வாங்கியிருக்கோம்.... சார். . . ." டீச்சர் கண்களில் நீர் ஒழுகியது! (இதுதான் ஆனந்தக் கண்ணீரோ?)

நிம்மதி இவருக்கு.

அடுத்து கேள்வி கேட்க வேண்டியது தன் முறை என்பது நினைவுக்கு வர. . .

'எப்போ வாங்கினீங்க?'

"ஆறுமாதம் ஆச்சு சார்!"

'சரியான கேள்வியைத்தான் கேட்டுவிட்டோம்' என்பதில் இவருக்கு ஏக திருப்தி.

"ஒண்ணு. நான் வீடு வாங்கியிருக்கிற விஷயம் உங்களுக்கு மட்டுந்தான் தெரியாதுன்னும்.

ரெண்டு. நான் வீடு வாங்கினதில எல்லாருக்குமே ரொம்ப பொறாண்ம் சார்.

நீங்க மட்டும் பொறாமைப்பட மாட்டீங்க.. . . . ரொம்ப் சந்தோஷப்படுவீங்க'ன்னும் இந்த ரெண்டு காரணத்தாலே தான் உங்கள்ட்டே சொல்ல ஆசைப்பட்டேன் சார்" அவங்க மொகம் ரொம்ப ப்ரகாசமாயிருந்தது.

மடமடன்னு அவங்க கொட்டினதில கொஞ்சம் திணறிட்டார். கூறுபாடோட என்ன பேசறதுன்னு தெரியலே. ஒண்ணு என்னோட வேலை பாக்கற டீச்சர் வீடு வாங்கிருக்காங்கறதிலேயும். என்னை இவ்வளவு உயர்வா மதிச்சதிலேயும் இந்த ரெண்டுக்காக எனக்கு ரொம்ப சந்தோஷம்.... பெருமை...."ன்னு இப்படி ஏதேதோ சொல்ல மனசில தோணியது. ஆனா முழிச்சார்.

"ரொம்ப நன்றி சார்" ரெண்டு கைகளையும் கூப்பி விடைபெற்று நடந்துக்கிட்டிருந்தாங்க டீச்சர்.

இவர் ஒக்காந்தேயிருந்தார்.

'தொடரும்'. ஆண்டுமலர்.

ரெட்டியார் சத்திரம்

'கோபுர தரிசனம் கோடி புண்ணியம்' மனசுக்குள் இந்த வாக்கியம் குமிழ்விட முகமெல்லாம். . . . சிரிப்பானது.

கோபுரம் வெரட்டியடிக்கிற மாதிரி மாறியிருக்கு. புராதனமான கலாச்சார சின்னமா..... அமைதி நெறத்ல மனசில பக்தி ஊட்டி நின்னது. இப்போ. . . . கலர். . . கலரா 'பளீர்'ன்னு நாகரீக நெறத்தில. .

. . . ஒயரமாத் தெரியுது.

தெருவில. . . . ஜனநெருக்கடி அதிகமாயிருக்கு. . . . டீக்கடைகள் பெருத்திருக்கு. மற்றபடி தெருவிலே மாற்றமே இல்ல. . . . அதே போல பாழ்பட்டே. . . . கெடக்கு. பார்க்க. . . . இனந்தெரியாத. . . . இன்பம்.

இளமை ஆற்றின் பிரவாகத்தில் திக்கு முக்காடுவதுபோல இருந்தது. . . . . 'சுத்தமான லட்சிய வாழ்க்கை வாழ்ந்த காலம்'. . . . இந்த நினைவுகள் கண்களை கலங்கடிச்சுக்கிட்டே தோன்றியது

'முப்பது வருஷம் எப்படியோ காணாம போச்சு. . . .'

கிழிஞ்ச கந்தல் சட்டை போட்டுகிட்டு நீண்டு கிடக்கும் அதே தார் ரோடு. . . .

பொரி, பொரிகடலை. . . பட்டாணிக்கடலை.,

அம்பாரம் அம்பாரமா. . . . "சாமிக்கு தேங்காபழம் வாங்கிட்டுப் போங்க" "சாமிக்கு மால வாங்கிட்டுப் போங்க. . . ." "இங்கே வாங்க. . . ." இங்கே வாங்க. . . அதே அவசரம் அவசரமான போட்டி அழைப்புகள். . . .

உயர் நிலைப்பள்ளியின் ஓட்டுக் கட்டடம் சிதலமடைஞ்சு. . . . கெடக்கு. . . . எல்லா ஊரையும் போல ஊருக்கு வெளியில கட்டடம் கட்டிப் போயிருக்கும். . . .

அதை அடுத்திருந்த தமிழ்க் கல்லூரி பெண்கள் விடுதி கட்ட மண்ணா இடிஞ்சு கெடக்கு. . . .

மூங்கில் கழிகளை ஊடே குடுத்து சோற்றுவாளிகளை, சாம்பார் வாளிகளை ரெண்டு வேலையாட்கள் ஆண்கள் விடுதியிலிருந்து பெண்கள் விடுதிக்கு தூக்கிட்டுப் போவாங்க. . .

'இந்தக் காலத்தில தமிழ்க் கல்லூரிக்கு ஹாஸ்டல்?'. . 'மூடியிருப்பாங்க. . .'

அவர் முகத்தில் மலர்ச்சி.

'ஸ்டேஷன் மாஸ்ட்டர் பொண்ணு கங்கா. . . . அவளோட தோழி சிவரஞ்சனி . . . . மூணு வருஷம்

அமுதப் பெருக்காக. . . . இந்த சாலையில . . . . ஓடுனாங்க. . . .!'

அடேயப்பா. . . . இடது கைய கொஞ்சம் முன்னே தூக்கிக்கிட்டு. . . . மணிக்கட்டை கீழ் நோக்கி வளச்சுக்கிட்டு ஒரு மாதிரி தலைய கவுந்துக்கிட்டு. . . . மாம்பழ உடல சிணுக்கு சிணுக்குன்னு குலுக்கி கங்கா நடப்பாள். . . . அவள் அமுதம். அவளுக்கு . . . . அவனத் தெரியும். அவனக் கண்டவுடன அமுதம் பொங்கும்!

'இந்தப் பயணம் இவ்வளவு சந்தோஷமா யிருக்கும்னு நெனைக்கவே இல்ல:'

'இப்போ பேரன் பேத்தி எடுத்திருப்பாள். . . .' செக்கச் செவந்த பருத்த மேனியோட. . . . நரை விழுந்த தலையோட. . . . அழகு மலர்ந்த மொகத்தோட. . . . காட்சியளித்தாள். பெருமையோட. . . . மௌனமா. . . . இவரப் பாத்து சிரிச்சாள். விழியோரங்களில் கண்ணீர் முத்துக்கள். . . .

'அண்ணாமலை முடி திருத்தகம்' போர்டு. ஓட்டுக் கட்டடம். உள்ளே ரெண்டு சுழலும் நாற்காலிகள்.. "அண்ணாமலை கொஞ்சம் முன்னேறியிருக்காப்லயிருக்கு. கீத்துக் கொட்டகையில் பழைய மர நாற்காலியப் போட்டு முடிவெட்டி, சவரம் செஞ்சுக்கிட்டிருந்தார். 'உள்ளே முகச்சவரம் செஞ்சுக்கிட்டிருக்கிற கிழவர் முப்பது வருஷத்துக்கு முந்தின அண்ணா மலையாகத்தான் இருக்கணும்".

அன்னக்கி. . . . இந்த ஊர்ப் பேரச் சொல்லி 'இறங்குங்க'. . . .ன்னு பஸ் கண்டக்டர் சொன்னப்பவே மனசெல்லாம் சந்தோஷம். பஸ்லேர்ந்து தரையில் கால் வைக்கும்போதே புண்ணிய பூமியிலே மிதிக்கற உணர்வு. . . .

இன்னக்கு. . . .நேர் முக உதவியாளர், அலுவலக மேற்பார்வையாளர், முகாம் எழுத்தர், அலுவலக உதவியாளர்கள், பள்ளித் துணை ஆய்வாளர்கள், உதவிக் கல்வி அலுவலர்கள், தனியார் பள்ளி நிர்வாகிகள் சங்கச் செயலாளர்கள் . . .ன்னு ஒரு பட்டாளமே ரயில்வே ஸ்டேஷனுக்கு மாலை மரியாதையோட வந்து வரவேற்றாங்க. .

"அன்னக்கி. . . .மார்கழி குளிர்ல. . . .காலை நாலே முக்கால் மணிக்கு. . . .வேட்டிய மடிச்சுக் கட்டிக்கிட்டு. . . .தலப்பாக்கட்டி அதுக்கு மேல. . . .அந்தப் பழைய தகரப் பெட்டிய வச்சு. . . .அதுக்கு மேல பழைய கோரம் பாயை சுருட்டி வச்சுப் பிடிக்சுக்கிட்டு. . . .அசல் பஞ்சம் பெழைக்க வர்றவன் மாதிரி வந்தேன். . . ."

ஆனா. . . .அன்னக்கி அது ரொம்ப த்ரிலிங்கா இருந்தது. . . .அம்மாவுக்கு நிம்மதி மூச்சு வரும். கொடுமையான உழைப்பும் கவலையும் கொறையும். தம்பி தங்கைகளை நல்லபடியா ஆளாக்கிரலாம்..... மனசெல்லாம் நம்பிக்கை. . . .சந்தோஷம். . .

இன்னக்கி . . .அவங்க போட்ட மாலையில..... ஊழல் நாத்தம். சிரிப்பிலே. . . .நரித்தனம்.

கும்புடு. . . . கார் உறுமல், புகை. . . . எல்லாத்திலேயும். . . . அசிங்கம். "இத்தனைக்கும் மத்தியில நான் இருக்க முடியுமா?"

பட படத்தது மனசு. ரெட்டியார் சத்திரத்தக் காலை. . . !

இங்கேருந்து பாத்தாலே தெரியற கெழட்டு கம்பீர மாளிகைய. . . . மனசால பார்த்தார். . .

கொஞ்சம் எட்டில வேகம். . . .

ரெட்டியார் சத்தரம் இல்ல.

-வெறுமை ஓடி ஓடிப் படர்ந்தது. . . .

வந்து நின்னார். யானை பொதச்ச சுடுகாடு தெரிஞ்சது. . . .

மொத மொத புருஷலட்சணத்தோட குடியிருந்த கோயில். . . . இடிஞ்சு மண்மேடா. . . . குமிஞ்சு கெடக்கு. . . !

மேற்கே பார்த்தார். நறுங்கிப்போன குள்ள மரங்கள் சவ்வாரி செய்யற சின்னமலை உச்சியில் கோயில். நடுவில் கோபுரம். அப்படியே. . . . இருக்கு.

கோவிலுக்குப் போக மனசில்ல. கால் ரெட்டியார் சத்திரம் புதைக்கப்பட்டிருந்த மேட்டை நோக்கி நடந்தது. . . .

"இந்தப் பிரமாண்டமான ரெட்டியார் சத்திரத்தைப் பார்க்கும் போதெல்லாம் எங்கள்

மனம் படபடவென அடித்துக்கொள்ளும். . . . கண்ணீர் கூட வந்துவிடும். . . மகாத்துமா காந்தி, நேரு போன்ற மகான்கள் வாழ்ந்த இடம் போல எங்களுக்குத் தோன்றும். . . ." இவர் இங்கிருந்து போனபின். . . . இவருடன் நெருங்கிப் பழகிய தமிழ்க் கல்லூரி மாணவர்கள் ஆரோக்கியசாமியும் ஜானகிராமனும் சேர்ந்து இப்படி கடிதத்தில் எழுதியிருந்தாங்க. . . . ஏக்கம் குழந்தை மனச தொத்தற மாதிரி தொத்தியது. . . . வெறிச்சிப் பாத்தார். . . .

கோவிலுக்குப் போற ரோட்டிலிருந்து பத்து மீட்டர் வடக்கே தள்ளி சத்திரக் காம்பவுண்டுச் சுவர் ஆரம்பிக்கும்.

கட்டடம் தெற்கு நோக்கி இருந்தது.

மாடிப்படி வராண்டாவின் மேற்கு ஒரத்தில் இருந்துச்சு. மாடி ஏறியவுடன் முதலில் ரெண்டு அறைகள்...... அதில பெரும்பாலும் கூட்டுறவுத்துறை, கால்நடை கண்காணிப்புத்துறையைச் சேர்ந்த மணமாகாதவங்க. . . இருப்பாங்க.

அடுத்து நீண்ட ஹால். அதன் கூரை ஓடுகள் விழுந்து. . . . கதவுகள் ஒடஞ்சு கெடந்தது. . . . மழை பேஞ்ச தண்ணி நடுவில கெட்டிக் கெடக்கும். சுத்தி பாசி படர்ந்திருக்கும். ஒரு காலத்தில அந்த ஹால ரெண்டாத் தடுத்து ரெண்டு வகுப்புகள் நடத்தின, தடயமாக பளிச்சின்னு சுவத்தில ரெண்டு பிளாக் போர்டுகள் தெரியும். ஒரு போர்டில்

அல்ஜிப்ரா கணக்கும், மத்ததில டென்சிங் நார்ஹே, எட்மண்டு ஹில்லரியும் அழியாம தெரிஞ்சுக் கிட்டிருந்தது. . . .

அடுத்து ஒரு சின்ன அறை. அதிலதான் இவரோட ஆறு ஆண்டு வாழ்க்கை.

அடுத்து ரெண்டு அறைகள். கிழக்கு கடைசி இடிஞ்சு கெடந்தது. அதற்கு முந்தின அறை சத்திரத்திற்கு உள்ளே இருந்து மாடிக்கு வரும் படிக்கட்டுகளோடு கூடியது. . . . அதன் கூரை சிதலமடைஞ்சு இருந்தது. . . .

எற நூறு வருஷங்களுக்கு கொறையாத பழமையான கட்டடம். இந்த மலைக் கோயில் சின்ன ஊர்ல ஜாதிக்கொரு சத்திரம். மண்டபங்கள் நெறஞ்சிருக்கு. அதுகள்ல எதுவுமோ. . . இங்கே உள்ள தமிழ்க் கல்லூரியோ. . . . எந்த வீடுமோ..... இவ்வளவு பெரிய அளவில் கட்டப்பட்டிருக்கல.

சுற்றிலும் கோட்டை மதில் போல காம்பவுண்டுச் சுவர். . . சிதலமடைஞ்சு. . . . பாசி படிஞ்ச நெறத்தில இருந்தது. . . . அதுமேல இச்சி, ஆல், அரசமரங்கள், செடிகள் மொளச்சிருந்தன.

நடுவே மாளிகை. 'அரண்மனை'ன்னு சொல்லணும்.

மாளிகைக்கு முன்புறத்தில் கோட்டைச் சுவருக்குள் பரந்த மைதானம். முகப்பில் நூத்தம்பது, எறநூறு வருஷப் பழமையான மிகப் பெரீய்ய ரெண்டு புளிய மரங்கள். . . . துவார பாலர்கள் போல.

கல்யாணங்களுக்கும். . . . ரிஜிஸ்டர் ஆபீஸருக்கும் வர்ற பக்கத்து ஊர்க்காரர்களின் கூட்டு வண்டிகள், அவுத்துப் போடப்பட்டிருக்கும். கல் தவணைகளில் மாடுகள் கட்டப்பட்டிருக்கும்.

மாடுகள், தண்ணீர், குடிக்க மூணு பெரிய கல்தொட்டிகள் வரிசையாக் கெடந்தன. பருத்தி விதை ஆட்டி ஊத்த இடுப்பு உயர ஆட்டுரல்கள். . .

பெரிய வராண்டா—. அதில கல்யாணங்களுக்கு வந்த ஜனங்கள் மேற்கில். கிழக்குப்புறம் பிச்சைக்காரர்கள். அவர்களைத் தாண்டி நரிக்குறவர்கள். . . .

வராண்டாவிற்கு மேலே. . . வாசலின் இருபுறத்திலும் அகலமான திண்ணைகள்... அதில பத்தரம் எழுதறவங்க. போலீஸ் ஸ்டேஷன். . . . பி. டி. ஓ. ஆபீஸ்களுக்கு மனு எழுதறவங்க சுற்றியுள்ள ஊர்க்காரர்களின் பஞ்சாயத்துக்கள்... ஊர் ஆலமரத்தில பொழுதடஞ்ச நேரத்தில கொக்கு குருவிகள் அடைஞ்சிருக்கிற மாதிரி 'ஜெ— ஜெ—'ன்னு இருக்கும்.

சத்திரம் மூணு அடுக்கா இருந்தது. முதல் ரெண்டு அடுக்குகள்ல தனித்தனியா. . . . மணமேடைகள் அறைகள். . . . பெரிய ஹால்களோடு இருந்தது. வட கடைசியில் மூணாவது அடுக்கில் சமையல் அறைகள், பந்தி வைக்கும் இடங்கள். அந்தப் பகுதியில் ஏழெட்டுக் குடும்பங்கள் குடியிருந்துச்சு.

இவற்றிற்கு பின்னால் கொல்லைப்புறம். ரொம்ப ஆழமான நல்ல தண்ணிக் கெணறு. முருங்கை, தென்னை மரங்கள். . . .பூந்தோட்டம்.

கொல்லைப்புறக் கெணத்தில பெண்கள் தண்ணி சேந்திக்கிட்டிருந்தாங்க. 'சேந்திக்கிட்டிருந்தாங்க' இந்தப் பக்கத்திய தமிழ். 'நம்ப பக்கம்'. . . . எறச்சுக்கிட்டிருந்தாங்க,

காலையில எம். எல்.ஏ.யின் பி.ஏ. போன் பண்ணினார். சாயங்காலம் ஐயாவைப் பாக்கணுமாம்....7 மணிக்கு நேரம் ஒதுக்கி யிருக்காராம்...9 மணிக்கு மாவட்டத்தப் பாக்கணுமாம். . .

கடிகாரத்தப் பார்த்தார். மணி 6.20

நென்மேனி, பெரிய நாகலாபுரம், டி. கல்லுப்பட்டி என். சுப்பையாபுரம் இங்கேயெல்லாம் ஹெட்மாஸ்ட்ரா இருந்தப்போ எவ்வளவோ சந்தோஷமாயிருந்தது. . . . ஆசிரியர்களுக்குள்ள ஆயிரம் மனஸ்தாபம் இருந்தாக்கூட மனுஷத்தனத்த எழக்காம இருந்தாங்க. . . .

ஆபீஸ்ல,? அதிகாரம், பண உறவு தவிர வேற எதுவும் இல்லே. . . .

மண்மேட்டு மேலே போய் ஒக்காந்தார்.

"வேலைக்குச் சேர்ந்த புதுசில எவ்வளவு சந்தோஷமா. . .யிருந்தது. . . .?"

தெனந் தெனம் பள்ளிக்கொடத்துக்கும் இந்த ஊர் லேர்ந்து புறப்படறதே. . . . படு குஷியாயிருக்கும்.

ஜெயாப்பாட்டி வீட்டுச் சாப்பாடு. . . இட்லி, தோசை, பூரி கிழங்கு, சாம்பார், மோர்க்குழம்பு, தயிர், ஊறுகாய். . . சொர்க்க வாழ்க்கையாயிருந்துச்சு....

ரூம்ல சின்ன சிம்மினி விளக்கு. சாயங்காலம் ஆறு மணிக்கு ஏத்தினா. . . . மறுநாள் காலை 6 மணிக்குத்தான் ஊதி விடறது. . . ராத்திரி ஒம்பது மணிக்கே சுருக்கிவிட்டுட்டு படுத்து உறங்கிர்றது. . .

ஒரு நாள் ராத்திரி வராண்டாவின் கிழக்கோரத்துக்கு ஒண்ணுக்குப் போனப்போ. . . வடக்கே மலையடிவாரத்தப் பாத்து தெகச்சு நின்னுட்டான். பொணம் எரிஞ்சுக்கிட்டிருந்தது. உடம்பெல்லாம் மயிர்க்கூச்சிட்டது. வியர்த்து ஒழுகியது. . . . கால நகர்த்த முடியல. . . .

'பயம் என்ன அமுக்கிக்கிட்டிருக்கு'ன்னு மரகைப் பிடிச்சுவர இறுகப் பிடிச்சபடி நின்னான். இருட்டாட்டம் பிணம் சுடுறவங்க ரெண்டு பேர் தெரிஞ்சாக. . . .

ரூமுக்குப் போய் பாய் தலையணைய தூக்கிக்கிட்டு மேற்குப் பக்கம் போய்ட்டான். நெறையப்பேர் படுத்திருந்தாங்க.

ஆரம்பத்தில மேற்கு ஓர ரூம்காரர்களோட இவன் பழக ஆசைப்பட்டான். அப்புறம் 'முடியாது'ன்னு வந்துட்டான். அவங்க லஞ்ச

அரிப்பாளர்களாக இருந்தாங்க. . . . ராத்திரி பகலா சீட்டாடுவாங்க. . . . குடிப்பாங்க. . . . இவனுக்கு 'சாவுக்கிராக்கி'ன்னு பேரு வச்சு கேலி பண்ணாங்க. . . .

'சோமநாதன்,'

வானத்திலேர்ந்து ஒளிக்கதிர் பூமியை நோக்கி பாய்வது போல தோணுச்சு. . . . இவரைக் குலுக்கியது. . . திக் ப்ரமை பிடிச்சவர் போல ஆனார்.

வெளியே போய்ட்டு கொளத்துக்குப் போறவங்க இவரைப் பாத்தாங்க.

மனசு படபடத்தது.

'புறப்படுவோம். . . . இன்னங் கொஞ்சம் ஒக்காருவோமா'ன்னு முடிவுக்கு வர முடியல.

'சோமநாதன்!'

– "மை ஃபிரண்டு! ஐ கேன் சே மை ஒன்லி ஃப்ரண்ட்!"

டிசம்பர்ல இவன் வேலைக்குச் சேர்ந்தான். ஜூலையில சோமநாதன் ரூம்மேட்டா வந்து சேர்ந்தான்.

"சோமநாதன் ஒரு கவிஞன்! எவ்வள்வு அருமையாய் பாடுவான். . . .?"

இப்பவும் அந்தக் குரல். . . .ஹம்மிங். . . . முகம். . . . கண்கள் கிரக்கத்தைக் குடுக்கு.

'உள்ளம் என்பது ஆமை. . . .' 'யாருக்கு மாப்பிள்ளை யாரோ.....' 'சொன்னதும் நீ தானா ....?' 'காதல் சிறகை காற்றினில் விரித்து. . . .'

பல மாலை வேளைகள்ள மல்லாட்டை தோட்டங்கள் வழியா நடந்து போகும் போது. . . . வரப்புகள்ல ஒக்காந்திருக்கும் போது பாட்ல ஈடுபட்டுப் பாடுவான். . . . அவன் பாடும்போது பாட்டு வேற. . . அவன் வேறன்னே தோணாது. . . . அவனே பாட்டு மாதிரியிருப்பான். . . .

'பல நேரங்கள்ல என் வலது கைய அவன் இடது அக்குளுக்குள்ளே வச்சு அணச்சுப் பிடிச்சிக்கிட்டு. . பாடிக்கிட்டே நடப்பான். . . மலையடிவாரம். . . புளியந்தோப்பு, நெல்லித்தோப்புகளில் நடமாடுவோம். . . அவன் பாட்டு தொடர்ந்து பிரபஞ்சத்தில் கலந்துக்கிட்டே. . . இருக்கும்!'

சோமநாதன் ரூம் மேட்டாக வர்ரதுக்கு முன்னாடி சனி, ஞாயிறு, விடுமுறை நாட்கள் இவனுக்கு தாங்க முடியாத பாரமான நாட்களா இருந்துச்சு. . . .

மதியானம் சாப்பிட்ட பின்னாடி அவனால ரூம்ல தனியா இருக்கவே . . . . முடியாது.

மலை அடிவாரத்திலுள்ள புதர்கள், பாதைகள் வழியா. . . சுத்தி வருவான். . . அதுவும் கூட ரெண்டு மணி நேரத்திலே சுலபமா முடிச்சிருவான். . . . அதனால செருப்புகள் போடாம. . . . சுத்தி

வருவான். ஊச்சி ஊச்சியான கல்லுகள், நெருஞ்சிமுள் சப்பாத்திக்கள்ளி, வேலிக்கருவேல் முள்ளு, புல் முள்ளு. . . ஊச்சு முள்ளாக் கெடக்கும். நிதானமா பாத்துப் பாத்து வரணும். . .

அவருடைய இளமையின் தொடக்க கால விநோதங்கள் ரொம்ப. . . விநோதமானவை.

'பெருத்து வரும் லஞ்ச ஊழல்' 'மீண்டும் அடிமைத்தனம்' இப்படி ஏதாவது. . . அல்லது காதல் கடிதத்தை ஒரு தாளில் எழுதி வடக்கு மலை சிகரத்திற்குப் போயி – அங்கே உச்சியில் ஒரு பீடம் இருக்கு. அது மேல நின்னுக்கிட்டு அத காத்தில பறக்க விட்டிருவான்.

அது 'சரேர்'ன்னு ஏதாவது ஒரு பக்கம் பாஞ்சு போகும். அத அந்த மேட்டில ஒக்காந்து பாத்துக்கிட்டே. . . இருப்பான்.

வயல்வெளிகள், முள் மரக்காடுகள், தோப்புகளுக்கு மேலே. . . பறந்துக் கிட்டேயிருக்கும். கீழே விழுந்த பெறகுதான் ரூமுக்குத் திரும்புவான். . .

ஒரு நாள் ராத்திரி 7.00 மணிக்கு மேலயும் அது வட்டமடிச்சு. . . வட்டமடிச்சு வானத்தில பறந்துக்கிட்டே. . . இருந்தது.

ராத்திரி முழுக்க 'அந்தத் தாள் யார் கையில கிடைக்கும்-அவங்க என்ன நெனப்பாங்க. . . ஒரு அழகான. . . படிச்ச பெண் தொடர்ந்து இதுகள எடுத்துக்கிட்டே..... வந்தா எப்படி இருக்கும்....?'ன்னு

கலர். . . கலரான குதிரைகளில் ஏறி. . . . தாறுமாறா பறந்துகிட்டே. . . . சுகமா. . . தூங்கிருவான். சில நாள்கள்ல தொடர் கதை. . . கனவாக வரும்.

இன்னுமொரு கொடுமை!

சாயங்காலம் நாலு மணிக்கு மேலே மலை மேல ஏறி நல்ல சரிவாப் பார்த்து படுத்து கடகடன்னு கீழே உருண்டு விழுவான்.

கல்லு. . . . முள்ளு குத்தி. . . . பாறைகள்ல அடிச்சு. . . செராய்ச்சு. . . . ரத்தம் ஒழுக. . . . அடிவாரத்தில் வந்து விழுந்து. . . . அப்படி கெடப்பான்.. . . .

'அப்போவெல்லாம் மனங்கலந்து பேசிப் பழக ஆளே கெடையாது. . . .' சிரிச்சுக்கிட்டார்.

'எனக்கு கெடச்ச இனிய நண்பனை வெரட்டி அடிச்சேன். . . .' பெரு மூச்சடிச்சது.

சுதந்திரதினவிழா. காலையில ஊராட்சிமன்றத் தலைவர் கொடி ஏத்தினார். விளையாட்டு விழாவை கம்பந்துக்காரர் தொடங்கி வச்சார்.

மாலை விழாவிற்கு பள்ளித் துணை ஆய்வாளர், எஸ். ஈ. ஓ. வந்திருந்தாங்க. மாணவர்களின் கலைநிகழ்ச்சிகள் தொடங்கியிருந்த நேரம். . . .

"மணியக்காரர் ஒங்கள வரச்சொன்னார்"ன்னு தோட்டி வந்து சொன்னார். "இப்போ விழா

தொடங்கப் போகுது. . . . விழா முடிஞ்சப் பெறகு வந்து பார்க்கறேன்னு சொல்லுங்க. . . ."

"இப்ப ஒடனே வரணுமாம். . . . வந்த ஒடனே திரும்பிருவீங்களாம். . . ." அவசரப்படுத்தினார்.

வெள்ளைப் பேண்ட், சர்ட் போட்டு இன் பண்ணி பூட்ஸ் போட்டு டையும் கட்டியிருந்ததால வேகமாகத் தெருவில் ஓடினான். மூச்சிறைக்க மணியக்காரரர் வீட்டுமுன்ன நின்ன ஒடனே. . . .

வீட்டுத் திண்ணையிலேர்ந்து குதிச்சு; யாரக்கேட்றா. . . விழா நடத்திற. . . . ஊர ரெண்டாக்கறதுக்காடா. . . வந்திருக்க. . . . பிச்சக்கார நாயே! ன்னு ஓங்கிய கையோட மணியக்காரர் வந்தார்.

"நிறுத்துடா!" பேரிடி முழக்கம். "அடுத்த வார்த்த பேசின. . . . தல அந்து போகும்!" பூமியிலிருந்து எகிறித் தாவி கைய ஓங்கியபடி எதிரே பாஞ்சு நின்னு. . . ." ஒங்களுக்குள்ள ஆயிரம் சண்டைகள் இருக்கும். . . .அதுக்கு நானாடா பொறுப்பு. . . .? ஊருக்கு எழச்சவன் பிள்ளையார் கோவில் ஆண்டியாம்! ஏங் கடமையைச் செய்ய எந்த நாயிட்டடா கேக்கணும்?"

மணியக்காரர் பின் வாங்கினார். திண்ணையில் அஞ்சாறு பேர் தெரிஞ்சது.

"முந்நூறு மையிலுக்கு அப்பால. . . .தன்னந்தனியா. . . இந்த கிராமத்திலே. . . . இந்த

இருட்டுல நிக்கறேன். . . ஆனா மானம் எழந்துட்டு மட்டும் உயிரோட இந்த எடத்தவிட்டு நகர்ந்திற மாட்டேன். . . ." ருத்ர தாண்டவம்.

இத சோமநாதன் மருண்டு கேட்டுக் கிட்டிருந்தான்.

இவனுடைய தோள்கள தன் ரெண்டு கைகளாலும் பற்றி குலுக்கினான். காலரைத் தூக்கிவிட்டான். இவன் நெற்றியில் முத்தமிட்டான்." "வீரம்......" எல்லார்க்கும்வாச்சிர்றதில்ல"ன்னான்.

"நல்ல ஞாபகமிருக்கு அவன் சொல்வான்"

"ஒன்னப் பாக்க எனக்கு ரொம்ப பெருமையா . . .யிருக்கு. நான் தனிமையாயிருக்கும்போது ஒன் நேர்மையும் வீரமும் இன்னைக்குப் போல என்னைக்கும் இருக்கணும்னு வேண்டிக்கிடுவேன்".

"சின்ன வயசிலேயே சாயங்கால வேளைகள்ல பெட்டியத் தூக்கிக்கிட்டு எங்கம்மா கூலி வேல செஞ்ச தோட்டக்காரங்க வீட்டுக்குப் போயி பயந்து பயந்து கூலி கேப்பன். "கைச் சோலியாயிருக்கேன் . . . போய்ட்டு வாம்பாங்க". . . . நகராம அங்கேயே நெலையா நிப்பேன். பொழுதடஞ்சிருச்சுன்னா. . . வெளக்க வச்சப் பெறகு தரமாட்டாங்க. . . ." காலையில வாண்ருவாங்க. . . "பல நாள்ல கூலிய வாங்கிட்டு வந்தப் பெறகுதான் தானியத்த குத்தி இடுச்சு கஞ்சி காச்ச வேண்டிய நெல எங்க வீட்டில இருக்கும். . . பயந்து பயந்தே வளந்திட்டேன். . . ."

"நான் எழுதியிருக்கிற எல்லாக் கவிதைகளையும் விட நீ ரொம்ப அழகாயிருக்கே. . . . இனி உன்ன மாதிரி அழகான கவிதை எழுதுவேன்".

மரங்களடர்ந்த புதுவைச் சாலை வழியில் முப்பது வருஷங்களுக்கு முன்னே இவ்வளவு போக்குவரத்துக் கெடையாது. ரெண்டு பேரும் கை கோர்த்துக்கிட்டு பேசிக்கிட்டே நடப்போம். . . .

என்னென்னமோ பேசுவோம். . . . ரொம்ப நேரத்துக்கு ஒண்ணுமே பேசிக்கிடாம. . . . நடப்போம். . . . மௌனமா வயல் வரப்புகளில் ஒக்காந்திருப்போம்!

வேல பாக்கற ஊர்லேர்ந்து இங்கே வர ரோடு ரொம்ப ஏத்தம். வரும் போது சைக்கிள் ரொம்ப மிதி வாங்கும். ரூமுக்கு வந்து சேரும்போது களைப்பாயிருக்கும்.

வந்து வாளியிலேருக்கற தண்ணிய எடுத்து மொகங்கழுவி ரெண்டு டம்பளர் தண்ணி குடிக்கறதுக்குள்ள... படுக்கய எடுத்து தயாரா விரிச்சு வச்சிருப்பான். சொதுக்குன்னு படுத்து கண்ண மூடிருவேன். . . .

கதவையும் ஜன்னலையும் தெறந்து வச்சிருக்கறதால காத்து சும்மா. . . . ஜிலு ஜிலுன்னு வரும். அப்படி கண் அசந்திருவேன். . . .

ஏழு மணிக்கு முளிச்சா. . . . ரூமெல்லாம் ஜில்லுன்னு ஒளி வீசிக்கிட்டிருக்கும்.

நண்பர் வந்த பெறகு முதல் காரியமா அரிக்கேன் லைட் வாங்கியிருந்தோம்.

ராத்திரி சாப்பாட்டுக்கு நாங்க ரெண்டு பேருந்தான் முதல் ஆள். ஜெயா பாட்டி எல்லாம் கொதிக்க கொதிக்க எடுத்துப் போடும். சில நாள்ல 'இன்னம் ஒரு பத்து நிமிஷம் அப்படீ. . . . போலீஸ் லைன் வர ஒரு வாக்கிங் போய்ட்டு வந்திருங்க சார்.... முடிஞ்சிரும்......"ன்னு சொல்லும்.

நடு ராத்திரிகள்ல முழிப்புத் தட்டிட்டா ரெண்டு பேரும். . . . எந்திரிச்சு ஒக்காந்துக்கிட்டு விடிய விடிய பேசிக்கிட்டிருப்போம்.

ஒரு நாள் ஏதோ உணர்வில் கண் முழிச்சப்போ . . . அவன் படுக்கையில் ஒக்காந்து முட்டங்காலக் கட்டிக்கிட்டிருந்தான். . . .

என்னன்'னு பார்த்தா..... அழுதுக்கிட்டிருந்தான். அவங்க அம்மா நெனப்பு வந்துட்டதாச் சொன்னான்.

'அவங்க அம்மாவைப் பத்தி அவன் சொன்னது சாகறவரையில எனக்கு மறக்காது. . . .'

"பகல்ல கெடைக்கிற வெவசாய வேலைக்குப் போவாங்க.... வரும் போதே வெறகு பெறக்கிக்கிட்டு வந்திருவாங்க. . . . வந்து வீடு பெருக்கி தண்ணிக் கெணத்லேர்ந்து தண்ணி எடுத்து வச்சிட்டு ஊருக்குள்ள முறுக்கு விக்கப் போவாங்க. . . . ராத்திரி வந்து சோறு பொங்கி பிள்ளைகளுக்குப் போட்டு..... படுக்க வச்சிட்டு முறுக்கு சுத்துவாங்க."

குடிசை வீடு. ஒரு மூலையில அடுப்பு. சோத்துப்பானை. . . . உப்புப்பானை. . . . தண்ணீர் வைக்கிற மேடு. மறு ஓரத்தில நான். என் தம்பி, தங்கச்சி படுத்திருப்போம். . . .

நான் ஆறு ஏழு படிக்கும்போது . . . நடு ராத்திரியில சில நாள் எந்திரிச்சுப் பாக்கும்போது.... எங்கம்மா அனல்ல வெந்துக்கிட்டிருப்பாங்க. . . . தீ ஜ்வாலபட்டு வேர்த்து ஒழுகிக்கிட்டிருக்கும். . . . ஒரு கையில அரிகரண்டியால முறுக்கப் பெறட்டிப் போட்டுக்கிட்டிருப்பாங்க. . . . இன்னொரு கையால. . . . மல்லாட்டத் தோல வெறகு மேல அள்ளி அள்ளித் தூவிக்கிட்டிருப்பாங்க. . . . வெறகுகள எடுத்து கங்கத்தட்டி தீய உள்ளே தள்ளிக்கிட்டிருப்பாங்க. . . . தீ அணைஞ்சு போச்சுன்னா. . . . தீ ஊதற கொழலால. . . . பூ. . . . பூ. . . . பூ. . . . பூன்னு அதோட மல்லுக்கட்டிக்கிட்டிருப்பாங்க. . . . எங்கம்மாவைப் பார்க்கப் பாவமாயிருக்கும்.

அதவிடக் கொடுமை,! நான் பாக்கறத கவனிச்சுட்டாங்கன்னா. . . . "என்ன சேட்டு. . . . எந் ராசா– தூக்கம் வல்லயா!– தூங்கு செல்லம். . "ன்னு கொஞ்சுவாங்க.

". . . . எங்கம்மா தூங்கறத நான் பாத்ததே இல்லே. . ."

அன்னக்கி ராத்திரி அவன் ரொம்ப உணர்ச்சி வசப்பட்டான். சமாதானம் அடையவே இல்லை.

"நான் எத. . . . . எத. . . . . ரொம்ப விரும்புறேனோ. . . .அதையெல்லாம். . . . சீக்கிரமா எழுந்திர்றேன்.... முதல்ல எங்கப்பா. . . ., அப்புறம் எங்கம்மா. . . ., இப்போ ஒன்ன. . . ."

"ஏய் பைத்தியக்காரத்தனமா ஒளறாதே!"

"மொதல்ல சாதாரணமாத்தான் ஒன்னோட ப்ரியமா பழகினேன். . . . ஆனா ஒருமாதத்திலே..... ஏன் பத்து நாள்லேயே.... எனக்கு பயம் வந்திருச்சு....."

"திரும்பத் திரும்ப உளறாதே. . ."

"நான். . . . . ஒளறல. . . . . நெஜம்! நான் ஏன்தான் ஒன்னச் சந்திச்சேனோ,"

"சத்தியமா நாம பிரியவே மாட்டோம்! என் மனைவி ஒம் மேல பிரியமாயிருப்பா. . . . எம் பிள்ளைகள் ஒம் பிள்ளைகளோட. . . . நட்பாயிருக்கும். . . . ஜென்மா ஜென்மத்துக்கும் நம்ம நட்பு தொடரும்! இது சத்தியம்! வீணா கற்பனை பண்ணி அழுதுக்கிட்டிருக்காதே. . . ."

அன்றைக்கு அவன் சமாதானம் அடையவே இல்லை.

"அது கவிஞனின் தீர்க்க தரிசனம்!"

அடுத்த வாரமே. . . . சோமநாதன் பெட்டியத் தூக்கிக்கிட்டு அனாதையா. . . . குரூரமான முறையில் வெளியேறினான்.

அன்றைக்கு ஞாயிற்றுக்கிழமை. மதியம் வயிறார சாப்பிட்டு ரூமுக்கு வந்து சேரும்போது மணி ஒண்ணரையிருக்கும்.

'ஒரு பாயை எடுத்து வராண்டாவில் போட்டோம். ரெண்டு தலையணைகளைப் போட்டோம்.'

படுத்துப் பேசணும்.

"நீங்க லஞ்சம் வாங்கியிருக்கீங்களா?". . . . எந்த முன் யோசனையோ... பின் யோசனையே.... எந்தவித எதிர்பார்ப்புமோ. . . "இல்லாம இந்தக் கேள்வியைக் கேட்டுட்டேன். . . "

சோமநாதன் உள்ளுக்குள் நொறுங்கிப்போனது வெளியில் தெரியாது. . .

வளர்ந்த அமைதி. . . . கேள்வியை மேலும் மேலும் பாரமாக்கிக்கிட்டே போச்சு. . .

சோமநாதன் எழுந்து ஒக்காந்தான். அமைதி மேலும் இருளாக்கியது.

"ஒங்கிட்ட நான் பொய் சொல்ல விரும்பல" சோமநாதன சொன்னது இவனுக்குத் தெளிவாகக் கேட்டது.

அவன் எழுந்து உட்கார்ந்து சோமநாதனைப் பார்த்தான்.

சோமநாதன் அவன் கையை தன் கையில் எடுத்தான். உயிரில்லாமல் கொழஞ்சது. . .

"ஒனக்கு உண்மைய தாங்கிக்க முடியாது"ன்னு சொல்லிக்கிட்டே அவன் கையைத் தன் மற்றொரு கையில் மெள்ள அடிச்சிக்கிட்டே அவன நிமிர்ந்து பார்த்தான். . . .

அவன் கண்களில் கண்ணீர் ஒழுகிக்கிட்டிருந்தது.

அவன் கைய விட்டுட்டு வெலகி ஒக்காந்து அவனைப் பார்த்தான். அவன் இவன ஏறிட்டுப் பார்க்கவே இல்லை.

சோமநாதன் மட்டும் பேசினான்.

"லஞ்சம் வாங்கக் கூடாதுங்கறதுதான் என் கொள்கை. நான் வாங்க மறுத்தேன். கூட வேல பாக்கறவங்க வற்புறுத்தினாங்க . . . . 'ஒங்க விஷயத்ல நான் தலையிட மாட்டேன் . . . .என்ன விட்டுறங்கன்னு' . . . . எவ்வளவோ சொன்னேன்."

எங்க ஆபீஸ்ல லஞ்சம் தனித்தனிய அந்த அந்த கிளார்கோ . . . . காப்பிஸ்ட்டோ . . . . சப்ரெஜிஸ்ட்ராரோ வாங்கிக்கிடறதில்ல. இவ்வளவு ரூபா பத்தரம் பதியறதுக்கு இவ்வளவுன்னு ரேட்வச்சிருக்காங்க . . . . அன்னன்னக்கி சாயங்காலமே அதில் ஆபீஸருக்கு இத்தன பிரஸென்ட்ன்னு குடுத்திருவாங்க. சாயங்காலம் சந்திர விலாஸ் ஹோட்டல்ல டிபன் சாப்பிட்டு "ரெஜிஸ்ட்டர் ஆபீஸ்"ன்னு இருக்கற கணக்கில எழுதி வச்சிரலாம். மாதக் கடைசியில வர்ற மொத்த லஞ்சப் பணத்லோர்ந்து குடுத்துட்டு மீதியை எல்லோரும் பங்கு போட்டுக்குவாங்க.

மொதல் ரெண்டு மாதம் நான் அந்தப் பங்க வாங்கவே முடியாதுன்னேன். ஆனா இந்த மாதம் அந்தப் பணத்த நான் வாங்கிக்கலேன்னா .... வேலையே பாக்க முடியாதுங்கற நெலமைய காட்னாங்க ....

எனக்கு ஒதவி செய்ய யாருமே இல்லை. என் தம்பி தங்கச்சியோட .... பசியும், வாடின மொகமும் என்ன பிணம் கைநீட்டி வாங்கின மாதிரி வாங்க வச்சிருச்சு ....

என் சம்பளத்ததான் நான் வீட்டுக்கு கொண்டுட்டுப் போனேன். ... அந்த லஞ்சம் .... இந்த ரூம்லே பெட்டியிலேதான் இருக்கு.

"நீ இதுல எனக்கு என்ன உதவி செய்ய முடியுமோ செய்யலாம். நான் லஞ்சம் வாங்கி என்ன அழிச்சுக்கிட விரும்பலேங்கறத, நீ புரிஞ்சுக்கிடணும் ...."

'என்னென்னவோ சொன்னான் ....'

"உன்ன மாதிரி துணிச்சலாயிருக்கணும்"னு மனசார ஆசைப்படறேன் ....

ஆனா ஒண்ணு. ஆசிரியரா இருந்து லஞ்சம் வாங்காம இருக்கறதவிட .... ஆபீஸ்ல வேல செஞ்சுக்கிட்டே இன்னைக்கு லஞ்சம் வாங்காம இருக்கறது ரொம்ப ரொம்பக் கஷ்டம் .... இது ... உனக்கு புரியறதும் கஷ்டம்"

சோமநாதன் அமைதியானான். ஏதாவது அவன் பேசமாட்டானான்னு எதிர் பார்த்தான்.

வாசலுக்கு கிழக்கே அவனும் .... மேற்கில் சோமநாதனும் சுவரில் சாஞ்சிக்கிட்டிருந்தாங்க.

ஆனா .... 'ஏதாவது பேசு'ன்னு இனி அவன கெஞ்சக் கூடாதுன்னு உறுதியானான்.

மறையும் நேரத்திற்கு முந்திய சூரியனின் பொற்கதிர் வராண்டாவின் கைப்பிடி மரச்சுவரூடாக வந்து பாயில் ஒளிப் பாளங்களாகச் சிதறிக்கிடந்தன....

ஒளிப்பாளங்கள் நீண்டன .... நேரம் செல்லச் செல்ல தங்கள் இடங்களையும் வடிவங்களையும் மாற்றிக்கொண்டு நகர்ந்தன.

ஒளிப்பாளங்கள் சுருங்கின. மெலிந்தன. ஒன்றுமே காணாது மறைந்தன.

சோமநாதன் எந்திரிச்சான். ரூமுக்குள்ள போய் கொஞ்ச நேரம் நின்னான். வெளியில் வந்து அவனப் பார்த்தான். ஒக்காந்த நிலைய கொஞ்சங்கூட மாத்திக்கிடாம இருந்தான். வராண்டாவின் கைப்பிடிச் சுவரைப் பிடிச்சுக்கிட்டு தொலை தூரத்திலுள்ள தெருவை .... பஸ் ஸ்டாப்பைப் பார்த்தான் .... மீண்டும் அறைக்குள் போய் வாளி மேல மூடியாக வச்சிருந்த அட்டையையும் டம்ளரையும் எடுத்து கீழே வச்சுட்டு தண்ணீரோட வாளியை தூக்கிட்டு வந்து இரவில் சிறுநீர் கழிக்கும் வராண்டாவின் கிழக்கு கோடி இடிபாடுகள் மீது ஊத்திட்டு நடந்தான்....

வாளித் தண்ணியோட வந்தான். இருட்ட ஆரம்பிச்சிருந்தது.

கொடியில் கெடந்த தன் துணிகளை எடுத்து பெட்டிக்குள் வச்சான். தன் ஜமக்காளம் போர்வையை எடுத்து ஒதர்னான். அதோட தலையணைய வச்சு சுருட்னான். சுருட்டிய படுக்கைய எடுத்து இடுப்போட அணைச்சுக்கிட்டு பெட்டிய வலது கையில் எடுத்துக்கிட்டு நடந்தான்.

ரெண்டு எட்டு வச்சு வாசப்படிகிட்ட வந்தவன். அதையெல்லாம் அப்படியே வச்சுட்டு திரும்பினான்.

கொடியில் கெடந்த கிழிஞ்ச துணிய எடுத்துக்கிட்டு அரிக்கேன் லைட்டுக்கு எதிரில் அமர்ந்தான். தலைப்பை தூக்கி சிம்னிய கழத்தி மடியில வச்சுக்கிட்டு திருநீறு டப்பாவிலேர்ந்து திருநீறு எடுத்து சிம்னிய நல்லா விளக்கித் தொடச்சு மாட்டினான். திரியத் தூண்டி கவனமா முனைக்கரிய கிள்ளி நீவி. . . . தீப்பெட்டிய எடுத்து தீபம் ஏத்தி சிம்னியப் பொருத்தி கை கூப்பி வணங்கினான்.

விசும்பல் கேட்டது . . . . 'அம்மாவ நெனச்சிருப்பான்'. . . . அடக்கிக்கிட்டான்.

விளக்க சரியான அளவில ஏத்தி வச்சுட்டு ரூமைப் பாத்தான். பெட்டி படுக்கைய எடுக்க குனியும் போது உடம்பு நடுங்குச்சு. . . . எடுத்துக்கிட்டு நிமிர்ந்து. . . . திடமாக்கிக்கிட்டான்.

அவனப் பாத்தான். அதே நிலையில அவன். சோமநாதன் புறப்பட்டான்.

உலகம் இருளாயிருப்பதை உணர்ந்தார். கொல்லப்புற கெணத்ல தண்ணீர் சேந்துபவர்கள் யாரையும் காணல....

எழுந்தார். கால்கள் நடந்தன.

கிணத்த ஒட்டி சேறு அதிகப்பட்டிருந்தது. கிணற்றைச் சுத்தி போட்டிருந்த சிமிண்ட் தரையைக் காணோம். குழிகளில் தண்ணீர் கெடந்தது. நீர் மணமும் வீசியது. குளிர்ச்சியா இருந்துச்சு. அரளிச் செடிப்புதர் இருந்தது. வாகைமரம் குட்டையாகிப் போனதுபோல தெரிஞ்சது.

முருகன் கோவில் கோபுரம் இருளுக்கு மேலாக நிமிர்ந்து நின்னது. 'பெரிய பச்சையான 'ஓம்'மும் பாய்ந்து செல்லும் செந்நிற வேலும் கோபுரத்தின் நடுவே தெரிஞ்சது. கோபுர உச்சிக்கு மேல தலைகீழாக விளக்கு தொங்கிக்கிட்டிருந்தது. . . .' இதெல்லாமே புதுசு.

கெணத்த எட்டிப் பாத்தார். கண்ணுக்கு எட்டுன அளவு வெறுமை. பின் இருள். தண்ணீர் மட்டும் தெரியல.

'சோமநாதன் அன்னக்கி வெளியேறும்போது இந்நேரம்தான் இருக்கும்....'

"இல்லே.... இதுக்கும் முன்னாடி...." இப்போ மணி 7.20.

"அப்போ எங்க ரெண்டு பேர்டேயும் கைக்கடிகாரம் இல்லே...."

'அந்தப் பக்கமாகக் கூடிப் போவோம்'.... மண் குவியலுக்கு மேற்குப் பக்கமாகப் போனார்.

வெள்ளையா.... ஒழுங்காத் தெரிஞ்சது.

பக்கத்தில் போனார். புதிய கட்டடத்திற்கு அஸ்த்திவாரம் போடப்பட்டிருந்தது.

மேல ஏறிப்பாத்தார். பெரிய அளவில் போடப்பட்டிருந்தது. பழைய ரெட்டியார் சத்திரத்தில் கால்வாசி அளவுக்கு இருக்கும்.

"திரும்ப ரெட்டியார் சத்திரத்த சுருக்கமா கட்டப் போறாங்களோ?" வயிறு துபுக்கு' துபுக்கு'ன்னு முன்னே துடிக்க வாய் மூடிச் சிரிச்சார்.

சுகமான காத்து வீசியது.

கட்டடத்திற்கு நடுவில் கொட்டிக் கிடக்கும் புதிய மணல் சொகமாத் தெரிஞ்சது....

ஒக்காந்தார். சோமநாதனின் அம்மா கவிதை நினைவுக்கு வந்தது.....

அவங்க அம்மா எறந்தப்போ அவன் எழுதினது அது ஒண்ணுதான் பிரசுரமாயிருந்தது.

மனுஷங்களுக்கும் விலங்குகளுக்கும் அம்மா எவ்வளவு முக்கியம்'னு வரும்....

கடைசிப் பத்தி. . . . எட்டாவது நினைவுக்கு வந்தது. . . . சொல்லிப் பார்த்தார். . . .

"அம்மா என்றால் அம்மா தான் - மற்ற

ஆயிரம் உறவும் சும்மா தான்!

அன்னை செல்வத்தை துறக்காதே — அந்த

ஆலயம் தொழவே மறக்காதே!"

மணலில் நீட்டிப்படுத்தார். "என்ன சேட்டு. . . . எந் ராசா. . . . தூக்கம் வல்லையா? தூங்கு செல்லம். . . ." கண்கள் ஈரமாயின.

சோமநாதனின் கைகள் தண்ணீரில் நனைச்ச ஸ்பாஞ் மாதிரி குளிர்ச்சியா. . .மெதுவாயிருக்கும். . .

"என் விரல்களிலெல்லாம் சொடக்குப் போடுவான். கைய இதம அழுத்தி அழுத்திப் பிடிப்பான். விரல் நகங்களை நல்லா அழுத்தி விடுவான். அழுத்தி விட்ட ஒடனே நகங்களுக்கு அடியில் ரத்தம் 'குபுக்கு'ன்னு பாயும். அப்போ ரொம்ப இதமாயிருக்கும். . . ."

சோமநாதன் நடு வகிடு எடுத்து தலை சீவியிருப்பான். அலை அலையாய் சுருட்டை முடி. . . . கொஞ்சம் நீண்ட முகம். மூக்கு நீண்டு கூர்மையாயிருக்கும். அரும்பு மீசை. மேல் உதட்டுக்கு கீழே கொஞ்சம் தொங்கும். சிரிக்கும்போது கன்னங்களில் எல்லைக்கோடு போட்ட மாதிரி

வளைவு விழும். அந்த நேர அவன் கண்கள் அழகில் ஜொலிக்கும்...."

"அவன் ரூம விட்டுப் போயி பத்து நாட்கள் கழிச்சு அந்த அம்மைத் தழும்பு மூஞ்சிக்காரரோட அவனப் பார்த்தேன்".

அம்மைத் தழும்பு விஷ் பண்ணினார். நானும் பதிலுக்கு. ஏதோ பேச வருபவர் போல இருந்தவர்.... என்னக் கடந்து போய்ட்டார். அவனும் என்னக் கண்டுக்கவே இல்லை.

அந்த அம்மைத் தழும்பு விழுந்த, தடித்துக் குள்ளமான நரைத்த சுருட்டை முடிக்காரர் என்னை ரோட்டில் பார்க்கும் போது விஷ் பண்ணிக்கிடுவார். என்ன அவருக்குத் தெரியுமா? ஏன் விஷ் பண்றார்ங்கறதெல்லாம் தெரியாது....

அவர் தான் அவனுக்கு ரூமில் இடம் கேட்டு என்னிடம் பேசினார். "உங்களுக்குப் பொருத்தமான ஆள்"ன்னு அறிமுகப்படுத்தினார்.

அவர் அதே ரெஜிஸ்ட்டர் ஆபீஸ் ஹெட் கிளார்க்குங்கறத அப்புறம் தெரிஞ்சுக்கிட்டேன்.

"பின்னால் மூன்று மாதங்கழிச்சு அந்த ஹெட் கிளார்க்கை ஒரு நாள் போஸ்ட் ஆபீஸில் பார்த்தப்போ அவன் ஒரு மாதத்திற்குள் எப்படியோ மாறுதல் வாங்கிக்கிட்டு கடலூர்ப் பக்கம் போய்ட்டதாச் சொன்னார்."

"அஞ்சு வருஷம் டி. ஈ. ஓ. வா சர்வீஸ் பண்ணிட்டா.... கடைசி ஒரு வருஷம் சி. ஈ. ஓ. வாக இருந்து ரிட்டையர்டு ஆகலாம்."

"கஸ்த்தூரி.... எங்கிட்டேருந்து வெலகி வெலகிப் போறாள்...."

"சோமநாதனால பெட்டி படுக்கய தூக்கிக்கிட்டு உடனே புறப்பட்டுப் போக முடிஞ்சது...."

"நரேந்திரன்.... என் அன்பு மகன்!"

"முதலாண்டு இயற்பியல் படிக்கிறான். படிப்பில் கவனமே இல்லை. படிப்பில் மட்டுமில்லே.... எதிலேயுமே.... ஆர்வமே இல்லை. மனநிலை சரியில்லாதவனா.... சரிஞ்சுக்கிட்டிருக்கான்.... அப்பாதான் தன் வாழ்க்கைய கெடுத்துட்டதா நெனக்கிறான்...."

வேதியியல் செயல்முறைத் தேர்வில் அந்த ஆசிரியர் ஐம்பதுக்கு பதினாலு மார்க் கொறச்சுட்டார்....

ப்ளஸ் டூ தேர்வு வரலாற்றில்.... எந்த வருஷமும்.... எந்த மாணவனுக்கும்.... எந்தப் பாடத்திலேயும் இவ்வளவு மார்க் கொறச்சதே.... இல்ல. எங்கேயும் இந்த அநியாயம் நடந்திருக்காது.

காரணம் இவருடைய நேர்மையப் பழி வாங்கியே தீரணுங்கற வெறிதான். அவர் வட்டிக்கு குடுத்து வாங்கறவர்.

+2 எழுத்துத் தேர்வுகளுக்கு முன்பே இது தெரிஞ்சிட்டதால பையன் ரொம்ப தளர்ந்து போய்ட்டான். அப்படியும் ரெண்டு மார்க் அக்கிரிகேட்லதான் எஞ்சினியரிங் இழந்துட்டான்.

'கஸ்த்தூரி ரொம்ப நல்லவள். . . . பாவம்!' வரும்போதே என் கொள்கைகள் எல்லாம் போற்றணுங்கற குறிக்கோளோட வந்தவளப் போல. . . . வாய்த்தாள். . . .

ஆரம்பத்தில நகை, வீடு கட்டணுங்கற ஆசை இருக்கத்தான் செஞ்சது. . . . ஆனா என்னோட சேந்து கரைஞ்சு போச்சு. . . .

"ஆனா. . . . மகனுக்கு ஏற்பட்டுள்ள அடியை அவளால தாங்கவே முடியலே!". . . . 'அது நியாயமானது. . . .'

புரண்டு மல்லாக்கப் படுத்தார். . . .

"லட்சியம் ரொம்பக் கொடுமையானது. . . .!"— கண்களை மூடினார்..

'புரோமோஸனக் கேன்சல் பண்ணிட்டு திரும்ப ஊருக்கே போனா'—

மகள மெடிகல் காலேஜ்க்கு அனுப்பியிரலாம். . . ?

+1 லே சேர்ந்திருக்காள். பத்தாவதில ஸ்கூல் ஃபஸ்ட். . . .

"வர்ற மார்ச்சில் மகன கெமிஸ்ட்ரியில இம்புரூவ்மென்ட் எழுதச்சொல்லி எஞ்சினியரிங் காலேஜ்க்கு அனுப்பிரலாம். . . ."

கஸ்த்தூரியும். . . . என்னை மன்னிக்கலாம்.

இவரோட ஸ்கூல் இன்ஸ்பெக்ஷனுக்கு வந்த டி. ஈ. ஓ. கே.எம். சுப்பையாட்ட "நாங்க இருபத்தியேழு பேர் டி. ஈ. ஓ. போஸ்ட்டுக்காக போட்டிருந்த கேஸ் ஒரு மாதத்தில சாதகமா முடிஞ்சுரும்"னு சொன்னப்போ அவர் சொன்னார்.

"பொன்னுசாமி டி. ஈ. ஓ. போஸ்ட் ஒங்களுக்கு சரிப்படாது. . . . டி. ஈ. ஓ. ஆனா ஏதோ கல்விக்கு பெரிய சேவை செஞ்சுரலாம்"னு கனவு காணாதீங்க. . . .

டி. ஈ. ஓ. ஆபீஸ்ங்கறது. . . . டி. ஈ. ஓ. தான் எல்லாம்ன் னு நெனைக்காதீங்க . . . .

பி. ஏ. கேம்ப் கிளார்க், செக்ஸன் சூப்ரெண்டுகள், கிளார்க், பியூன், டிரைவர்தான் டி. ஈ. ஓ. ஆபீஸ் . . . அவங்கள மீறி ஒண்ணுஞ் செய்ய முடியாது . . . .

ஒரு வேள இவங்கள மெரட்ற மந்திரம் ஏதாவது கைவசமாயிட்டாலும். . . . வட்டம், மாவட்டம், எம். எல். ஏ. வை மீறி ஒண்ணுஞ் செய்ய முடியாது . . . .

நீதி நேர்மையின்னு பேசினா. . . . செருப்பால ஆபீஸ்ல வச்சே அறைஞ்சிருவாங்க. . . . எங்கேயாவது முதியோர் கல்வி அல்லது முறைசாராக் கல்வி மைய அதிகாரின்னு ஒரு டேபிள், சேரைப் போட்டு ஒக்காத்தி வச்சிருவானுக . . . .

எனக்கெல்லாம். . . . ஏண்டா இதுல வந்து மாட்டிக்கிட்டோம்'ன்னுருக்கு. . . .

"இன்னங் கொஞ்ச நாள் ஹெட் மாஸ்ட்ரா இருந்திருந்தேன்னா. . . . இன்னங் கொஞ்சம் நிம்மதியா. . . வாத்திமார்களோட சேந்து நம்மால முடிஞ்ச நல்லத செஞ்சிருக்கலாம். . . ."

எழுந்து நின்னார்.

மேற்கே கோபுரத்தில் ஜெகஜோதியா 'ஓம்' மும் 'வேலும்' ஒளி வீசியது.

சோம்பல் முறிச்சார். சோமநாதன் பக்கத்தில நிக்கற மாதிரியிருந்தது. . . .

நிதானமா வேட்டியிலேயும், சட்டையிலேயும் ஒட்டியிருந்த மணலைத் தட்டிவிட்டார்.

அஸ்த்திவாரத்தில் இருந்து மெதுவா . . . . இறங்கினார். . . . அந்தப் பக்கம் பாதை தெரியல. ஒரே மண் மேடா . . . . இருந்தது.

புதிய கட்டிட அஸ்த்திவாரத்திற்கு திரும்பி வந்தார். மேல ஏறினார். . . .

'இதுக்கும் 'சின்ன ரெட்டியார் சத்திரம்'னுதான் பேர் வப்பாங்களோ . . . .? துபுக்கு துபுக்குன்னு வயிறு எகிறி எகிறிக் குதிக்க சிரிச்சார்.

'சுமங்கலி திருமண மண்டபம்' 'ரதிமன்மத பவனம் . . .' அப்படின்னு ஏதாவது நாகரீகமாப் பேர் வப்பாங்க. . . .

நடந்துகிட்டே முணு முணுத்தார்–

அம்மா என்றால் அம்மாதான் - மற்ற
ஆயிரம் உறவும் சும்மாதான்!
அன்னை செல்வத்தை மறக்காதே - அந்த
ஆலயம் தொழவே மறக்காதே!

அவர் கைய எடுத்து தோளில் போட்டுக்கிட்டு சோமநாதன் நடக்கற மாதிரி இருந்துச்சு.

புதிய பார்வை 16-31, ஆகஸ்ட் 1993

புது வீடு

'உலகத்திலே 'நோய்'ன்னு ஒண்ணு வந்தா... கட்டாயமா அதுக்கு 'மருந்து'ன்னு ஒண்ணு இருக்கவே செய்யுது. அதே மாதிரித்தான் 'பிரச்சனை'ன்னு வந்தா.... அதுக்கு 'தீர்வு'ன்னு கட்டாயமா இருக்கவே செய்யுது'ன்னு சொல்லுவார். 'அது நெஜம்'ன்னு முழுமையா நம்பிக்கிட்டும் இருந்தார்.

இந்த ஒரு மாதமா அவருக்கு சரியா சாப்பிட முடியல. வேல பாக்க முடியல. போக வேண்டிய இடங்களுக்கு போய் வர முடியல. நண்பர்களை முகம் பார்த்துப் பேச முடியல. மகன், மனைவி மேல எப்பவும் போல பிடிப்பா இருக்க முடியல.

இவர் மனைவிக்கும் இவர் நெலமைய கொஞ்சமும் தெரிஞ்சுக்க முடியல. ஏன்'னா அவங்களுக்கும் சரியாச் சாப்பிட முடியல.... தூங்க முடியல. வீட்டை உள்ளேயிருந்து பார்த்தும், வெளியே போய் நின்னு பார்த்தும் சந்தோஷம். மேலும் மேலும் சந்தோஷம் பெருகி அலக்கழிக்கையில... எங்கே சாப்பிட.... எங்கே தூங்க... பூரிச்சுப் போயிருக்காங்க....

'முதல்ல தனக்கு மனபயம் ஏற்பட்டிருக்கு. மூட நம்பிக்கை, இளமையில கேட்ட கோரமான பேய்க்கதை நினைவுகள் அடி மனசிலேயிருந்து இப்ப வெளிப்பட்டு தன்னை அலக்கழிக்கு'ன்னு நெனச்சார். ஆனா உண்மைய நிதர்சனமா தெரிஞ்ச பின்ன என்ன பண்ண முடியும்?

புது வீட்டில் வந்து குடியேறின முதல் நாலஞ்சு நாட்கள் அலச்சல்லேயும். . . கடன்களை எப்படி அடைக்கறது'ங்கற திட்டங்களை மாத்தி மாத்தி மனசிலே போட்டுக்கிட்டிருந்ததிலேயும் எப்படியோ அசந்து தூங்கியிருக்கணும். ஒரு வாரம் கழிச்சுத்தான் அது ஆரம்பமாச்சி. அதுவும் ரொம்ப விநோதமான முறையில.

காலையில எழுந்திருக்கும் போதுதான் 'ராத்திரியிலே ஏதோ அலறல் சத்தம் கேட்டதே'ன்னு முதல்ல தோணுச்சு. 'கெட்ட கனவு ஏதாவது கண்டிருப்போமோ'ன்னு நெனச்சார். 'என்ன கனவு'ன்னு ஆழமா யோசிச்சுப் பார்க்க தொடர்ந்து சில நாட்களாகவே தன் தூக்கத்திலே அது மாதிரியான ஒரு மிரட்டலை உணர்ந்த நெனப்பு வர 'குப்பு'ன்னு பயம் வந்திருச்சு.

வீடு வாங்கி அப்படியே பால் காய்ச்சி குடி வந்துட்டாங்க. 'புதுமனை புகுவிழா'ன்னெல்லாம் விசேஷம் வைக்கல. 'பெரிசா பண்ணாட்டாலும் சுருக்கமா வீட்டளவிலேயாவது. . . கணபதி ஹோமமாவது பண்ணிட்டு குடியேர்றதுதான் நல்லது. அதுதான் பீடை நீக்கி இல்லறத்தை

விருத்தியாக்கும்'ன்னு கூட வேலை பார்க்கிறவங்க வற்புறுத்திச் சொன்னாங்க.

அம்மா, மனைவி, மகள், துணைக்கி வந்து வேலைகள் செய்த இவங்க ஊர் தம்பி ஒருவன், இவர் ஆக அஞ்சு பேர் மட்டுந்தான் பால் காய்ச்சறதுக்கு வந்தாங்க. குடியிருந்த காம்பவுண்டில மட்டும் "பால் காய்ச்சப் போறோம் வாங்க"ன்னு சொல்லிட்டு வந்தாங்க. பெரிய பெரிய தாம்பாளங்கள்ல நிறைய உப்பு, மஞ்சள், வாழைப்பழங்கள், தேங்காய்கள், கல்கண்டோடு பட்டும் புன்னகையுமா காம்பவுண்டுப் பெண்கள் அத்தனை பேரும் வீடு நெறஞ்சிருந்த க்ர்ட்சி ரொம்ப பெருமையாயிருந்தது.

ஆனா எல்லாம் பாழாயிருச்சு. 'கணபதி ஹோமம் பண்ணாத தோஷத்தினாலேதான் பூத கணங்கள் இரவிலே வந்து மிரட்டுகின்றனவா? 'இருக்கவே முடியாது' 'அப்புறம் அந்த அலறல்தான் என்ன?' 'அல்லது எனக்குள்ளேயிருந்துதான் அந்தக் கொடூர அலறல் வருதா?'

ஒரு நாள் நடு இரவில் அந்தக் கோர அலறல் கேட்கும்போது முளிச்சுக்கிட்டார். படுத்தபடியே கேட்டார். கர்ண கொடூரமான அலறல். உடம்பெல்லாம் சிலிர்த்தது. நாக்கு வறண்டுவிட்டது. அந்த நிலைமையிலேயும் 'பாவம் அவளையும் எழுப்பி துன்பப்படுத்த வேண்டாம்'ன்னு அப்படியே கிடந்தார். கொஞ்ச நேரம் விட்டு மீண்டும் மிகக் கரகரப்பான குரலில் அலறல் மிகக் கொடூரமாகக்

கேட்டது. போர்வையை இழுத்து முகத்தையும் மூடிக்கொண்டார்.

கல்யாணமாகி . . . . குழந்தை பிறந்து. . . . குழந்தையை பள்ளிக்கூடத்தில சேத்த பின்ன அவர் மனைவி மெள்ள 'வீட்டுமனை ஒண்ணு வாங்கலாம்'னு தொடங்கின போது–

'இந்தா பாரு . . . . எங்க வீட்டில எம் பங்காக முப்பதினாயிரம் கடனத்தான் எனக்கு ஒதுக்கினாங்க . . . . அது எங்கப்பா தலைமுறை. நம்ம பையனுக்கு கடனில்லாம வாழ்க்கைய நாம அமைச்சுக் குடுக்கப் பார்ப்போம். அது நம்ம தலைமுறை. நம்ம பையன் தலைமுறையில நல்ல வீடு கட்டிக்கட்டும். 'அதில்லாம வீடு கட்டணும்'. 'வீடு வாங்கணும்'னு கனவே கண்டிராதே . . . . அந்தக் கனவு இருக்கிற வாழ்க்கைய ரொம்ப சிக்கலாக்கிவிட்டிரும்.'னு கறாராப் பேசி முறியடிச்சார். 'இந்த மாதிரி ஆசைகளை முளையிலேயே கிள்ளி எறியாட்டா . . . . அப்புறம் புடுங்கறது கஷ்டம்'கறது அவர் நெனப்பு.

"எப்படியாவது ஒரு பழைய வீடாவது ஒண்ணப் பாத்து வாங்கிருய்யா. ஒரு ஓட்டு வீடாயிருந்தாலும் பரவாயில்லை. ஒனக்கு'ன்னு ஒரு வீடு வேணும்பா. ரெண்டு மூணு வருஷமாவே ஒங்கிட்ட சொல்லணும்னு நெனப்பேன் . . . ஆனா நீ கோபப்படுவேயேன்னுதான் சொல்றதில்ல . . . . முதல்ல அம்மா இப்பிடித்தான் முணுமுணுத்தாங்க. 'சமூக மாற்றத்துக்கான இயக்கங்கள்ல அலையற

நான் சொந்தக் காச செலவழிக்கத்தான் முடியும். இதில எங்க சொந்த வீடு வாங்கற கனவு. இத அம்மாவுக்கு விளக்கிச் சொல்லவும் முடியாது'ன்னு மௌனமாகவேயிருந்திட்டார்.

ஒரு தடவை கிராமத்திலிருந்து வந்த அம்மா சொன்னாங்க. "தெருச் சண்டையிலே நம்ம எதிர்த்த வீட்டுச் சம்முகம் . . . . 'ஓம் பிள்ளைகள்லாம் வெளியூர்ல போயி பெரீய்ய உத்தியோகத்திலே இருக்காகளாக்கும் . . . . நாதியத்த கழுதைக . . . . வகுத்து மொறையக் கழிக்க நக்கிக்கிட்டு அலையறது தெரியாதாக்கும் . . . . ஒண்ணுக்காவது 'உஸ்'ன்னு ஒக்காந்து தைப்பாற சொந்த ஓலைக்குச்சலு உண்டா'ன்னு கேட்டாய்யா ....'

". . .எம் மக்கள்ல ஒருத்தனாவது சொந்த வீட்டிலே இருக்காங்கறத பாத்துட்டு நான் கண்ண மூடிட்டேன்னா போதும்"னு ஒரு முறை குத்துக்காலிட்டு உக்காந்துக்கிட்டு யாசகம் கேக்கறது மாதிரி பரிதாபமா அம்மா சொன்ன போது . . . . 'ஒரு சின்ன ஓட்டு வீடாவது வாங்கிக் குடியிருக்கலாமே'ன்ற எண்ணம் அவருக்கு வந்தது. அப்போத்தான் மனைவியின் பத்து வருஷத்துக்கு முந்திய ஆசைகூட நியாயந்தான்'னு தோணுச்சு.

எப்பவும் குழந்தைகள் ஓடி விளையாடி கூச்சல் போட்டுக்கிட்டிருக்கிற அந்தக் காம்பவுண்டில்தான் பதினெட்டு வருஷமா இல்லறம் நடத்திக்கிட்டிருந்தார். சின்னவராண்டா, அடுத்து நாலுபேர் படுத்து எழத்தக்க ஒரு ஹால். அடுத்து ஒருவர் புழங்கி

சமைக்கிற அளவுள்ள அடுப்படி. அவருக்கு நண்பர்கள் என்று யாராவது வந்துவிட்டால் மகன் வீட்டை விட்டு வெளியே விளையாடப் போய்விட வேண்டும். சகதர்மினி அடுப்படியில் போய் நின்று கொள்ள வேண்டும். வந்தவரோடு சம்பாஷணை நீளும் போல இருந்தால் அவர் மனைவி அடுப்படியை விட்டு வெளியேறி யார் வீட்டிலாவது தஞ்சம் புகுந்து கொள்ள வேண்டும். விருந்தினர் வீட்டுக்கு வந்துவிட்டால் ஐந்து அல்லது பத்து நிமிஷம் பேசி டீ கொடுத்துவிட்டு நல்லாப் பேசறதுக்கு வெளியே . . . . பக்கத்திலுள்ள நந்தவனத்துக்கோ . . . . ஆற்று மணலுக்கோ அழைச்சிக்கிட்டுப் போய்விடுவார்.

இந்த வீட்டை முதலில் பார்த்ததும் இவருக்கு பெரிய பிரமிப்புத்தான். எவ்வளவு பெரிய வீடு. சுற்றிக் காம்பவுண்டு சுவர், பூச் செடிகள், எவ்வளவு பெரிய அறைகள் . . . . எத்தனை லைட்டுகள் . . . . பழைய காம்பவுண்டு வீட்டுச் சின்ன நடு ஹாலில் பல இடங்களில் தரை உடைந்து சிமிண்ட் ஒட்டுப்போட்டிருக்கும். சில இடங்களில் சிமிண்டு பேந்து தரையைப் பெருக்கப் பெருக்க காறையாக சுரந்து கொண்டிருக்கும். இந்த வீடு முழுக்க பூக்கல் பதிச்சிருக்கு. வளவளன்னு ரொம்ப அழகாயிருக்கு? பகல்லேயும், ராத்திரியிலேயும் இவர் மனைவி வெறும் தரையில படுத்துக்கிட்டு 'ரொம்பக் குளிர்ச்சியாருக்கு'ன்னு சொல்லிக்கிட்டே உருண்டாங்க.

விடியும் போதே இவர் மனைவிக்கு சந்தோஷம் பூத்திடும். முன்னைய காம்பவுண்டில வரிசையா ஒவ்வொருத்தரா ஒவ்வொரு குடம் குடி தண்ணீரை குழாயில் அடிச்சு எடுத்துக்கிடணும். ஒவ்வொரு வீட்டிலேயும் ஒரே அளவுள்ள பிளாஸ்டிக் குடம் ஒண்ணு இருக்கும். அதிலேதான் பிடிக்கணும். அவசரத்தில வேற ஒண்ண மாத்தி எடுத்திட்டு தண்ணீர் பிடிக்க வந்திட்டாலே 'குடம் அளவு பெரிசு'ன்னு சண்டை வந்திரும். ஒரு நாளைக்கு நாலு சுத்து வந்திட்டாலே பெரிய திருப்தியாயிருக்கும்.

இந்த வீட்டிலே தினமும் ஆரம்பத்திலே அடிக்காமலே பத்துப் பதினஞ்சு குடம் தண்ணிதானா விழுகுது. அப்புறம் அடி குழாய் வச்சு அடிச்சா நாப்பது அம்பது குடத்துக்கு மேல வருது .... தெருவிலே தண்ணிக்காக குடம் தூக்கிக்கிட்டு அலையறவங்களக் கூப்பிட்டு வரிசையாப் பிடிச்சுட்டுப் போகச் சொல்லுவாங்க. அந்நேரம் அவங்களுக்கு பரவசமாயிருக்கும்.

இட வசதி, வெளிச்சம், காற்றோட்டம், தண்ணீர் வசதி, பஸ் ஸ்டாண்டுக்கு பக்கம். அடுத்ததே டாக்டர் வீடு. எதிர்த்தாப்லேயே மெடிக்கல் ஷாப், பலசரக்குக்கடை, காய்கறிக்கடை எத்தனை வசதிகள் .... அடேயப்பா பிறந்ததிலிருந்து குடிசையிலேயும் குளிர்லேயும் கஷ்டப்பட்டதுக்கு நல்ல வீட்டிலே சுகமா வாழற பெரிய அதிர்ஷ்டம் கிடச்சிருக்குன்னு நெனச்சார் ....

ஒரு நாள் கோரமான அலறல் வந்து மிரட்டினவுடனே போர்வையை இழுத்து மூடிப் படுத்துக்கிட்டார். போர்வையை துளச்சிக்கிட்டு அலறல் சத்தம் இன்னும் கர்ண கொடூரமாக கேட்டது. அன்றைக்கு வார்த்தைகளும் அடுக்கடுக்காக கேட்டன. உற்றுக் கவனித்தார். "செத்திட்டா. . . . தேவலையே" மனைவியை லாவிக் கட்டிக்கொண்டார்.

அவங்க சற்றே தூக்கம் கலஞ்சு அவர் கைய எடுத்து மார்போட அணைச்சுக்கிட்டாங்க. இவர் கையில் நடுக்கம். ஜில்லிட்டிருக்கு. படக்குன்னு முழிச்சு "என்ன செய்துங்க?"ன்னு கேட்டாங்க. "ஒண்ணுமில்ல"ன்னு சொன்னார். அவர் குரல் பாதாளத்திலேர்ந்து ஒடைஞ்சு வந்தது போலிருந்தது. படக்குன்னு எந்திரிச்சுப் போய் லைட்டைப் போட்டாங்க.

பேயடிச்சவரைப் போல இருந்தார். முகமெல்லாம் வேர்த்திருக்கு. "என்ன செய்து . . . . என்ன?"ன்னு ஆதரவா அவர் பக்கத்தில உட்கார்ந்து அவர் தோளப் புடுச்சாங்க. 'ஒண்ணுமில்ல, மொதல்ல லைட்டை ஆப் பண்ணு . . . . லைட்டை ஆப் பண்ணு'ன்னார். லைட்டை ஆப் பண்ணிட்டு வந்தாங்க. "ஏதாவது கெட்ட கனவு கண்டீங்களா?"ன்னு கேட்டாங்க. "என்ன ஏதுன்னு நல்லா தெரிஞ்சுக்காம இவளையும் பீதிக்குள்ள இறக்கி விட்டிரக்கூடாது"ன்னு உறுதியாயிருந்தார். "எனக்கு ஒண்ணுமில்லை. ப்ளீஸ் நீ பேசாம படுத்துக்கோ"ன்னு கடுமையாச்

சொல்லிக்கிட்டே கொஞ்சம் தள்ளிப்போய் போர்வையை இழுத்து மூடிக்கிட்டுப் படுத்திட்டார்.

ஆழமான புதைசேற்றில் மூழ்கிக்கிட்டிருக்கிற மாதிரியிருந்தது. "அங்கே எவ்வளவு சந்தோஷமா இருந்தோம்...." அந்தக் காம்பவுண்டே ஒரு இந்தியாதான். பல ஜாதி, பல மதங்களைச் சேர்ந்தவங்க. இவர் சாதாரண ஆசிரியரா வேலை பார்க்கும் போது அந்தக் காம்பவுண்டுக்கு குடிபோனார். அடுத்து அடுத்து தேர்வுகள் எழுதி வெற்றி பெற்று பட்டதாரி ஆசிரியர், முதுகலைப் பட்டதாரி ஆசிரியர்ன்னு பதவி உயர்வுகள் பெற்று ஊதிய உயர்வுகளும் பெற்றார். பட்டதாரி ஆசிரியராக பதவி உயர்வு கெடச்சப்போ வேறு ஒரு வசதியான வீட்டை வாடகைக்குப் பார்த்து ஏற்பாடெல்லாம் செஞ்சுட்டார். "அண்ணே எங்கள விட்டுட்டுப் போயிருவீங்களோ.... நீங்க வீடு மாத்த நெனச்சா நானும் மாரியம்மாளும் எங்க பிள்ளைகளோட வந்து மறியல் பண்ணுவோம்"னு வசுமதி வந்து சொன்னவுடனே அந்த ஏற்பாட்டையே கைவிட்டுட்டார்.

மருத்துவக் கல்லூரியில் படிக்கிற இவர் மகனைத் தேடி அவனோட படிக்கிறவங்க ஒருநாள் வந்துட்டாங்க. நாலு ஆண்கள், மூன்று பெண்கள். அந்த இளைஞர்களும் யுவதிகளும் ரொம்ப அழகாயிருந்தாங்க. ரொம்ப நல்லா டிரஸ் பண்ணியிருந்தாங்க. அவங்கள வரவேற்று ரெண்டொரு வார்த்தைகள் பேசிட்டு இவர் வெளியே போய்ட்டார். அவங்க ரொம்ப நல்லா கலகலப்பா

அரட்டையடிச்சுக்கிட்டிருந்தாங்க. அவர் மனைவி நல்ல மதிய உணவு தயார் பண்ணியிருந்தாங்க. அவர் மகனும் மனைவியும் பரிமாறினாங்க. இவரும் உதவியாயிருந்தார். அவங்க சாப்பிட்ட பிறகு இவரையும் இவர் மகனையும் சாப்பிட வற்புறுத்தினார்கள். இவங்க 'அப்புறமா சாப்பிட்டுக்கிடறோம்'னு எவ்வளவோ சொன்னாங்க. அவங்க விடறாப்பில இல்ல.

இவங்க ரெண்டு பேரும் நடு ஹாலில் சாப்பிட உட்கார்ந்தபோதுதான் கஷ்டமே உண்டாச்சு. மாணவர்களால் அடுப்படியில போய் நிற்க முடியாது. வராண்டாவில் ஒரு சைக்கிள் நின்னுக்கிட்டிருந்தது. அடுப்பு எரிக்கிற மரத்தூள் மூட்டை ஒண்ணு ஓரமாக் கிடந்தது. மீதி நடைபாதை தவிர மற்ற இடம் முழுவதையும் அடைச்சுக்கிட்டு ஒரு மேஜையும் நாற்காலியும் கெடந்தது. நாலு ஆண்களும் மூணு பெண்களும் வசதியாக நின்று பேசக்கூட இடமில்லை. வெளியேறினார்கள்.

காம்பவுண்டுக்காரங்க அவங்கள "எங்க வீட்டுக்கு வாங்க ..." "எங்க வீட்டுக்கு வாங்க ...."ன்னு கூப்பிட்டாங்க. ஆனா அவங்க எல்லாரும் வெளியே போய்ட்டாங்க. அன்றைக்கு அவர் மகன் ஒண்ணுமே சொல்லலே. மெடிகல் காலேஜ் பசங்கள்லாம் போன பெறகு சாயங்காலம் வசுமதியே வந்து "அண்ணே ஒங்க பையன் பெரியவனாயிட்டான் ... வேறு ஒரு பெரிய வீடு பாத்து குடி போங்கண்ணே"ன்னு சொன்னாள்.

அப்போதான் இந்த வீட்டை 'குடியிருக்க வாடகைக்கு விடுவீங்களா?"ன்னு கேட்டப்போ "வீட்டை நீங்களே விலைக்கு வாங்கிக்கிடுறீங்களா?"ன்னு கேட்டாங்க.

"வீட்டுச் சொந்தக்காரர் லண்டனில் குடியிருக்கிறார். தன் மகன்களின் குழந்தைகளுக்கு திருச்செந்தூரில் மொட்டை போட்டு காது குத்திட்டுப் போக வந்திருக்கிறார். நேற்றுத்தான் சொன்னாங்க. 'யாராவது வீட்டை விலைக்கு கேட்டால் குடுத்திரலாம்'னு. திரும்பறதுக்கு வர்ற ஞாயிற்றுக்கிழமைக்கு டிக்கெட்டெல்லாம் எடுத்திட்டாங்க. வர்ற புதன் கிழமை ஆடி 18. ஆடிப்பெருக்கு. அன்றைக்கு எதுவும் பார்க்க வேண்டியதில்லை. நல்ல நாள். அன்றைக்குள் ரூபாயைக் குடுத்திட்டு பத்திரம் பதிஞ்சுக்கிடலாம்"னு சொன்னாங்க.

சந்தோஷமாகவும் அதிர்ச்சியாகவும் இருந்தது. மூணு நாள்தான் இடையிலே இருந்தது. கைக்கு அகப்படற மாதிரி வானவில் பக்கத்தில வந்துட்டு பறந்து போயிடற மாதிரி தெரிஞ்சது. தன்னோட மொத்த வங்கியிருப்பே எண்ணாயிரத்திச் சொச்சம்தான். இந்த வீட்டை விலைக்கு வாங்க அஞ்சு லட்ச ரூபாய் வேணும். வெளியில் சொன்னா சிரிப்பாங்க .... ஆனால் வெளியில் சொன்னார்.

எந்த உலகம் கெட்டுப் போய்க்கெடக்குன்னு சொல்றாங்களோ அதே உலகம் நேசத்திலேயும் மனிதாபிமானத்திலேயும் பூத்துக்கெடக்கறதப் பார்த்தார். காம்பவுண்டிலேருக்கிறவங்க சேமிப்பு,

நகைகளை பேங்கில் அடகு வச்சும் ரூபாய் ரெண்டு லட்சம் வரை சேர்க்கலாம்னு சொன்னாங்க. ஆனால் நாலு நாள் அவகாசம் வேணுன்னாங்க. பள்ளி எழுத்தரிடம் மட்டும்தான் விஷயத்தைச் சொன்னார். பள்ளி எழுத்தர் ஐம்பதினாயிரமும், வரலாற்று ஆசிரியர் நாற்பதாயிரமும், அறிவியல் ஆசிரியை ஐம்பதினாயிரமும் மறுநாளே கொண்டுட்டுவந்து குடுத்திட்டாங்க.

அன்பாகப் பழகக்கூடிய ஒரு டாக்டரிடம் விஷயத்தைச் சொன்னபோது 'ஸ்கேன் வாங்கறதுக்காக பணம் வச்சிருக்கேன். அந்தப் பணத்தைக்கொண்டு உடனே வீட்டை முடிச்சிடுவோம். ஸ்கேனுக்கு பணம் கட்டறதுக்கு அடுத்து ஒரு வாரம் டைம் இருக்கு. அதுக்குள்ள பணம் சேர்த்துக் குடுத்திருங்க'ன்னார்.

'என் உழைப்பு, நாணயத்திலே மட்டும் வாங்கினதில்லே இந்த வீடு. நண்பர்களின் . . . . நல்லவர்களின் அன்பினாலேயும் தான் இந்த வீடு வாங்கியிருக்கு. எவ்வளவு அன்பினால . . . . ஆசையோட வாங்கினது இந்த வீடு. வாராது போல வந்த மாமணின்னு நெனச்சேனே . . . . ஆனா வேரோடு புடுங்க வந்த பூதமா மிரட்டிக்கிட்டு நிக்குதே. . . .'

வீட்டை வந்து பாத்தவங்கள்லாம், 'அஞ்சு லட்சமா . . . . உங்களுக்கு நல்ல அதிர்ஷ்டம்'னு சொன்னாங்க. "ஒங்க நல்ல மனசுக்கு எல்லாமே நல்லபடியா அமைஞ்சிருது"ன்னு சொன்னாங்க.

'ஏழு லட்சம் பெறும்' இப்போ இத மாதரி இந்த ஏரியாவில இடம் வாங்கிக் கட்டணும்னா பத்து லட்சத்துக்கு குறையாது'ன்னாங்க.

இவ்வளவு பெரிய அழகான வீட்டை பேரம் எதுவும் பேசாமலே 'சடார்'ன்னு குடுக்கிறாங்களே . . . .ஏன்'னு நான் யோசிக்கலையே'ன்னு நினைக்கும்போது தலையச் சுத்திக்கிட்டு வந்தது.

'இது பேய் குடியிருக்கிற வீடுன்னுதான் யாரும் வாங்காமயிருந்தாங்களோ . . . .' 'உலகத்திலே பேயே இல்லையே' 'பெறகு அந்த அலறல் என்ன . . . .' 'பெரிய கொடுமை . . . . இதுவரை எனக்கு மட்டுந்தான் கேட்டுக்கிட்டிருக்கு. பேயுக்கும் ஓர வஞ்சனை உண்டா?' மாடி முன் அறையில் ஈஸி சேர் போட்டு ஆழ்ந்த யோசனையில் கிடந்தார்.

ஏதாவது கஷ்டம் வந்து மலச்சுப் போயி ஒக்காந்திருந்தால் அம்மா வந்து "ஏன்யா கலங்கிற . . . . நீ யாருக்கும் மனசால கூட தீமை நெனச்சதில்லையே அப்பச்சி . . . . ஒனக்கு ஒரு குறையும் வராது . . . . நீ நல்லாயிருப்பே . . . ." இப்படித்தான் சொல்லுவாங்க. இந்நேரம் ஊருக்குப் போய் திரும்ப முடியாது. நாளைக்குப் போயி அம்மா கால்ல விழுந்து கும்பிடணும் . . . 'ஒரு வேளை எனக்கு கடவுள் நம்பிக்கை இருந்திருந்தா அந்த நம்பிக்கையை உறுதியா பிடிச்சுக்கிட்டு இந்த மாதிரி சந்தர்ப்பங்களில் இருந்திரலாமோ' "இதென்ன இவ்வளவு பெரிய சரிவு"ன்னு முணுமுணுத்தபடி நேராக நிமிர்ந்து உட்கார்ந்தார்.

அந்தக் கோர அலறலின் மூல விதை என்ன'ன்னு தெரிஞ்சே ஆகணுங்கற உறுதி மனதில் ஏற்பட்டது. நாளை மாலை அவருடைய மகன் தன் நண்பர்களோடு புதிய வீட்டைப் பார்க்க வர்ரதா கடிதம் எழுதியிருக்கான். அவன் வர்றதுக்குள்ள மூலகாரணத்தை கண்டு பிடித்துவிட்ட திருப்தியோடிருக்க வேண்டும். பயத்தினால எந்தப் பயனும் இல்லை. அன்று மாடியில் கடைசி அறையில் படுக்க ஏற்பாடு செய்தார்.

இவருக்கு வேறு எதிலும் ஈடுபாடு ஏற்படவில்லை. மனசுக்குள் களேபரம். தொடர்ந்து துணிச்சலை மனதில் நிலை நிறுத்திக்கொண்டே யிருந்தார். முன் அறைக்கு வந்து வார இதழ்களைக் கையில் எடுத்தார். எதிலும் மனம் ஒட்டவில்லை. மாடியில் கொஞ்சம் வெளியிருந்தது. அறைக்கதவை திறந்து கொண்டு வெட்ட வெளியில் உலவினார். குளிர்ந்த காற்று இதமாக இருந்தது. கைப்பிடிச் சுவரைப் பற்றி நகரின் இரவுக் கோலங்களைப் பார்த்தார். டாக்டர் வீட்டுத்தென்னை மரம் இருளில் ரொம்ப அழகாக இருந்தது. பச்சை இளநீர் கொத்துக்கள் ஒளிர்ந்தது.

இங்கும் அங்குமாக அலைந்தார். இரவு 12.00 நெருங்க பயம் வருவதுபோல இருந்தது. அவர் மீதே அவருக்கு கோபம் கோபமாக வந்தது. நடந்தார். மணி 11.55க்கு மேல் ஆகிவிட்டது. நாக்கு நன்றாக் உலர்ந்துவிட்டது. தண்ணீர் டம்ளரை எடுத்தார். கை நடுங்கியது. தண்ணீர் செம்பை இன்னொரு கையால் தூக்க முடியாது போல தெரிந்தது. “பயமே

மரணம்"னு முணு முணுத்துக்கிட்டே டம்ளரை ஜன்னலில் வைத்துவிட்டு ரெண்டு கைகளாலும் செம்பை தூக்கி டம்ளரில் தண்ணீர் ஊற்றிக் குடித்தார். உடல் வியர்த்தது. அவருக்குச் சிரிப்பும் வந்தது. 'எனக்குள்ளே பயம் கெட்டி தட்டிப்போய் கெடக்கு'

மணி **12.00** ஐ தாண்டிவிட்டது. படுப்பது, நடப்பது,போய் ஈஸிச் சேரில் உட்காருவது . . . . நேரம் போய்க்கிட்டிருந்தது. அலறலைக் காணோம்.

'எனக்கு மன நோயா . . . .' மனநோய்'ன்னா பைத்தியமாத்தான் இருக்கணும்'ணு இல்ல. மனசில சின்ன பாதிப்பாகக் கூட இருக்கலாம். மகன்ட்ட சொல்லி நல்ல மனநல மருத்துவரைப் பார்த்து குணமாக்கிடலாம். உள்ளுக்குள் இருந்து சிரிப்பு வந்தது. 'எனக்கு எந்த மனக் கோளாறும் கெடையாது' என்பதுதான் உண்மை. பிரச்சனை எதுவாக இருந்தாலும் சந்திச்சுத்தான் ஆகணும். பின்னிரவைத் தாண்டி எப்படியோ தூங்கிப் போனார்.

விழிப்புத் தட்டியது. அலறல். கொடூரமான அலறல். மனைவியை எழுப்ப நா எழும்பவில்லை. கழுத்து அறுக்கப்படுகிற பெண்ணின் கதறல். 'செத்தாலும் பரவாயில்லை'ன்னு எந்திரிச்சார். "செத்துரலாம் போலயிருக்கே" அலறல் சத்தம். இவருக்கு இரண்டு கால்களுமே நடுங்கின. கண்ரெண்டும் பஞ்சடைஞ்சு இருட்டாயிட்டது.

'லைட்டைப் போடக் கூடாது. வெளியில் போய்ப் பாத்திருவோம்'னு துணிந்து எட்டுகள் எடுத்து வைத்து கதவுத் தாழ்பாளை நீக்கினார்.

வெட்ட வெளியில் நின்னார். அலறல் பக்கத்து வீட்டுக் கீழ் அறை ஒன்றிலிருந்து வருகிறது. அந்த அறையின் மேற்பகுதியில் உள்ள சந்து வழியாக கண்ணைப் பறிக்கும் பயங்கரமான ஒளிவெள்ளம் பாய்ந்து வந்துகொண்டிருக்கிறது. உடம்பெல்லாம் நடுங்கியது. ஒளியோடு கொடூரமான கேட்டறியாத மரண அவஸ்தை அரற்றல்கள் . . . .கூப்பாடுகள் வந்தது. இவர் பல்லக் கடிச்சுக்கிட்டு கண்ணை மூடிக்கிட்டார். "உன்னையே நெனச்சுக்கிட்டிருக்கக் கூடாது. உன் எதிர் காலத்தை நினை." தெளிவாக இன்னொரு பெண்ணின் குரல். இவர் கண்களைத் திறந்தார்.

"தலய கொஞ்சம் தூக்கி . . . . நேரா . . . . தொப்புளைப் பாத்துகிட்டு ஓங்கி முக்கு . . . . முக்கு" உரத்த கட்டளை. அது பக்கத்து டாக்டரம்மா குரல். "தலச் சொமையா . . . . ஒருத்தர் சொமைய ஒருத்தர் வாங்கிக்கிட . . . . ஒங்களையெல்லாம் ஒங்கம்மா இப்படி கஷ்டப்பட்டுத்தான் பெத்திருப்பாங்க. சாமீ . . . . மூணு நாள் வெளிக்கி வராட்ட எப்படி முக்குவீங்க . . . .அப்டி ஓங்கி முக்கித் தள்ளுங்க தாயீ" இவருக்கு சிரிப்பு வந்தது.

கோரமான உச்ச நிலை அலறல்.

"க்குவா . . . . க்குவா . . . ." குழந்தையின் பேரொலி. இவருக்குள் அற்புத ஊற்று.

"என்ன குழந்தை . . . ." அந்தத் தாயின் பலத்த ஏக்கம் நிறைந்த கேள்வி இவருக்குள் ஆனந்தக் கண்ணீர்.

" . . . .ண்" இவருக்கு சரியாக் கேக்கல. என்ன குழந்தையா இருந்தாலென்ன . . . . புதிய ஜீவன் உலகத்துக்கு வந்திருக்கிறது.

"நேரம் என்ன?" தாயின் உற்சாகம் மிக்க கேள்வி.

"4 மணி 32 நிமிஷம்"

"தென்னையும், இளநிகளும், நிலவும் கொள்ளை கொள்ளை அழகு மயம் . . . . உயர்ந்து கம்பீரமாயிருக்கிற எங்கள் வீடும் அழகுமயம். இன்ப மயம்தான்."

ஆனந்தவிகடன் 7-3-99 புதிய ஆத்தி சூடி கதை
'விதையினைத் தெரிந்திடு'

தேவதைகள் தழுவினார்கள்

இறங்குவது சுகமாக இருந்தது. வேணுக்கும் லேசாயிருக்கும். டிரைவர்கூட ரொம்ப ஆசுவாசமாக ஸ்டியரிங்கைப் பிடித்து ஓட்டுவதுபோல தெரிந்தது. வண்டி வேகமாக இறங்கிக்கொண்டிருந்தது. திணறல் சத்தமே இல்லை. 'இந்தப் பயணம் மனசுக்கு இவ்வளவு நிறைவாக அமையும்'னு அவர் எதிர்பார்க்கவே இல்லை.

முதலில் இந்த திருமணத்திற்கு ஆதரவு தெரிவிக்கிற வகையிலேதான் கலந்துகொள்ள எண்ணினார். 'திருமணம் முடிஞ்சு சுருளி, தேக்கடி பாத்திட்டு திரும்பறது'ங்கற திட்டம் அதிகப்படியான சந்தோஷத்தைக் கொடுத்தது.

இவங்க இந்தப் புதிய வீட்டை வாங்கி குடி வந்த இரண்டு வாரத்தில் எதிர்த்த வீட்டுப் பெண்ணுக்கு முதல் திருமணம் நடந்தது. இவர் மனைவிதான் கலந்துக்கிட்டாங்க. திருமணம் ரொம்ப விசேஷமாக நடந்துச்சு. வரதட்சணை, சீர்வரிசைகள் ரொம்ப போடுசா செஞ்சாங்க.

கடந்த மூணு வருஷமா இவர் இவருடைய மனைவி கிட்ட விசாரிக்கிற ஒரு விசேஷ விஷயமா அந்தப் பெண் ஆனாள். அந்தப் பெண்ணும் அந்தப் பெண்ணின் பெற்றோரும் .... அந்த மாப்பிள்ளை குடும்பத்திற்கு பயந்து அவர்கள் பின்னால் ஓடறதும் .... அவர்கள் பாதங்களுக்கு பூஜைகள் செய்து திரியறதும் .... பெரிய கொடுமை. இத விடப் பெருங்கொடுமை .... மாறி மாறி பிறந்த வீட்டிற்கு அந்தப் பெண் கண்களை கசக்கிக்கிட்டு வந்து ஏங்கி அழுவது.

மெலுஞ்சு .... எலும்பும் தோலுமா .... பயம் பிடிச்சுப் போயி .... நடைபிணமா கடைசியிலே விடுதலையாகி பிறந்த வீட்டிற்குள் வந்து முடங்கினாள். அவங்க வீட்டு மாடி அறைகளில் தங்கிப் படிக்கும் கல்லூரிச் சிட்டுக்கள் இவளோடு கொஞ்சம் கொஞ்சமாக ஒட்டி அவள் பயத்தைப் போக்கி .... அவள் கடந்த காலத்தை கெட்ட கனவாக்கி ... மறக்கடிக்கவும் செய்தார்கள். அவள் உடம்பில் மீண்டும் தசை வந்தது. நிறம் வந்தது. அழகு மீண்டது. சிரிப்பும் அரும்பியது. அவள் அக்கா மாப்பிள்ளைதான் மறுமண ஏற்பாடு செய்தார்.

திருமணம் முடிஞ்சு இவர்களது மினி பஸ் சுற்றுலாத் தலங்களுக்கு பயணித்தது. பதின் மூன்று பெண்கள். மூன்று ஆண்கள். மூன்று குழந்தைகள்.

மலைகள், மரங்கள், மஞ்சு, வானம், பளிச்சென்றிருந்த ஒளி .... மனதை ரொம்பவும்

சந்தோஷப்படுத்தியது. வேன் நின்ற இடத்திலிருந்து இவர் மனைவி மற்றும் பெண்களோடு சுருளி அருவிக்கு ஒத்தையடிப் பாதையில ஏறியதும் . . . . அந்நேரச்சாரலும் . . . . ரொம்ப இதமாக இருந்தது.

கம்பம் தாண்டியதும் மினி பஸ் சொர்க்கத்தில் பயணிப்பது போல ஊர்ந்தது. திரும்பும் திசையெல்லாம் ஓங்கி நிற்கும் நீலமலைத் தொடர்கள் . . . . இளைய தென்னை மரங்கள், மலைக்கு என ஒரு கம்பீர அழகு. அதவிட மலைகளிடையேயுள்ள பள்ளத்தாக்குகளுக்கு இன்னும் பெரிய அழகு சேர்ந்துவிடுகிறது. பெண்களின் கிண்டல்கள். . . குழந்தைகளின் கொஞ்சல்கள் . . . . சிரிப்புகள் . . . . இனிய மணம் . . . . வேனுக்கு வெளியில் தரையிலும் மலையிலும் வானிலும் ஓடும் இயற்கை அழகு அமுதிடையே ஆழ்ந்து . . . . உறைந்த மௌனத்தில் அவர் பயணம் செய்தார்.

'ஊரில் போலதான் அவர் இங்கும் இருக்கிறார். கூச்ச சுபாவி. மற்றவர்களிடம் அதிகம் பேசுவதில்லை. மிக மிருதுவான பார்வை. மிகச் சிறிய புன்னகை. இவைதான் மற்றவர்களோடு அவர் கொள்ளும் தொடர்பு . . . .' என்றே எல்லோரும் எண்ணிக் கொண்டனர்.

கூடலூர், தாண்டி பஸ் மலையில் ஏறியது. குறுகிய பாதை. வளைந்து நிமிர்ந்து ஏறிச் செல்லுகிறது. பிரமாண்டமான மரங்கள். பகல்

நேரத்திலும் இருளாகிவிடுகிற இடங்கள். பயணம் ரொம்ப ரம்மிய மயமானது.

குமுழி நகருக்கு நூறு மீட்டர் தொலைவிலே பஸ் நின்றது. டிரைவரும் வண்டியும் அங்கேயே நின்றுகொண்டனர். மற்றவர்கள் நடந்து ஜீப் பிடித்து தேக்கடி போய் பார்த்து சந்தோஷமாக பஸ்ஸுக்குத் திரும்பினார்கள்.

பஸ்ஸில் ஏறியவுடன் "யப்பா தேக்கடி ஜீப்பிலே ஒரே நெருக்கடி.... முதுகு....காலெல்லாம்.... வலி பெண்டெடுத்திரிச்சு"ன்னு தன்னை ஆசுவாசப்படுத்திக்கிட்டே ஒருவர் சொன்னார்.

"ஜீப் எடுக்கறதுக்கு முன்னே...." எல்லாரும் சரியா ஒக்காந்துக்கிட்டீங்களா?"ன்னு கேட்டுக் கிட்டே ஜீப்பைச் சுத்தி வந்த டிரைவர்....'இதென்ன துருத்திக்கிட்டிருக்கு'ன்னு எங்குண்டியிலே ஒரு போடு போட்டு உள்ளே தள்ளிட்டான்"னு ஒருத்தி சொன்னவுடனே பஸ்ஸே சிரிப்பில் குலுங்கியது.

அவளை எல்லோரும் பாத்துப் பாத்துச் சிரிச்சாங்க. "நீ நல்ல செவப்பா குண்டா யிருக்கேயில்ல....நல்ல லக்கி சான்ஸ் அடிச்சதுன்னு அந்த மலையாளி ஒரு போடு போட்டுட்டான்"னு மற்றொருத்தி அவளப் பாத்து சொன்னவுடனே சிரிப்பு வெடித்துச் சிதறியது. அவள் வெக்கத்தில் கவுந்துக்கிட்டாள். எல்லாரும் அத நெனச்சு... நெனச்சு சிரிச்சாங்க.... அது அடங்க ரொம்ப நேரமாச்சு.

இருட்டு வந்துவிட்டது. நிலவொளி பசுமரங்களின்மீது மிதந்தது. குளிரும் இதமாக இருந்தது. அவர் மனம் முழுக்க திரும்பத் திரும்ப அந்த இடத்திற்கே போய் நின்று கொள்ளுகிறது....

மலைகளாலும் மஞ்சுக்களாலும் மரங்களாலும் நீர்ப் பெருக்காலும் ஏற்கனவே அழகு மயமாக பொங்கி வழிந்து கொண்டிருந்த அந்த இடம் ... .சிரித்து கும்மாளமிடும். அழகு அழகு மயமான தேவதைகளின் திடீர் வருகையால் பேரழகு மயமானது. மான்களின் மீதும் மலை முகடுகளின் மீதும் ஸ்டீமர்களின் மீதும் பதிந்திருந்த கண்கள் அந்த இளம் பெண்களின் வருகைக்கு ஆரத்தி எடுத்தன. எத்தனை வகைத் துள்ளல்கள் .... எத்தனை வகை ஆடை அணி முறைகள் .... சிரிப்புக்கள் .... அழகுகள் ....

வளமான இளம் மரம் ஒன்றைச் சுற்றி அந்த இளம் பெண்கள் கூட்டம் கும்மாளமிட்டது. அவர் தன் கூட்டத்தை விட்டு மடமடவென அந்தப் பெண்கள் கூட்டத்தை நோக்கி படிகள் ஏறினார். அந்தப் பெண்கள் மரக்கிளை நோக்கி தாவிக் குதித்துக்கொண்டிருந்தனர். 'ஏய் பூக்களையா பறிக்கீங்க?'ன்னு கேட்டார். அனைவரும் ஸ்தம்பித்து நின்றுவிட்டனர். மருண்டு போய் அவரையே பார்த்தனர். நிலைமையை ஒருத்தி சமாளித்து ...'ம் ....'ன்னாள்.

"முயற்சி பண்ணுங்க .... முடியாட்டா என் உதவியை நாடுங்க"ன்னு சிரிச்சுக்கிட்டே

சொல்லிட்டு துள்ளி பக்கத்துப் படிகளில் ஏறினார்... எல்லாருடைய முகங்களும் பளிச்சென மலர்ந்தது. "ஓ"வெனச் சிரித்தார்கள். "அங்கிள்... நீங்களே பறிச்சுக் குடுத்திருங்க...."ன்னு ஒருத்தி குரல் குடுத்தவுடனே.... "அங்கிள்... நீங்களே பறிச்சுக் குடுத்திருங்க...." "அங்கிள்... நீங்களே பறிச்சுக் குடுத்திருங்க...."ன்னு ஏகப்பட்ட குரல்கள் அவரைச் சுற்றி வளைத்துக்கொண்டன.

மீண்டும் இறங்கி.... "நீங்க முயற்சி பண்ணிப் பாருங்க.... முடியாட்டா நான் பறிச்சுத் தாரேன்.... முயற்சி பண்ணுங்க"ன்னவுடனே ஒவ்வொருத்தரும் குதிச்சுக் குதிச்சுப் பாத்தாங்க....அந்தக் கிளையைப் பிடிக்க முடியலே. குதித்து முயற்சிப்பதும்.... வெட்கப்படுவதுமா.... இருந்தாங்க.

"எங்களால முடியல அங்கிள்.... ப்ளீஸ் அங்கிள் பறிச்சுக் குடுங்க. மேலும் மேலும் சோதனை பண்ணாதீங்க.... ப்ளீஸ் அங்கிள்...."ன்னு அவங்க வேண்டறதும் சிணுங்கறதும் அவருக்கு ரொம்ப உற்சாகம் அளித்தது.

"சரி.... கொஞ்சம் வெலகுங்க...."ன்னு கோதாவில் இவர் இறங்க முற்பட்ட உடனே.... "அய்யா"ன்னு ஒரே கூச்சல்.

இவர் அடி மரக்கிளை ஒன்றை வளைத்துப் பிடித்து மேலும் வளைத்துக் கொடுத்து...."இதப் பிடிச்சுக்குங்க"ன்னார். ரெண்டு பெண்கள் அந்தக்

கிளையை வளைச்சுப் பிடிச்சுக்கிட்டாங்க. பூ வீற்றிருந்த மேல் கிளை அதனால் கொஞ்சம் தாழ்ந்தது. இவர் தாவி அதற்கு கீழ் உள்ள கிளையைப் பிடிச்சு வளைத்தார். பூவிருக்கும் கிளை ரொம்ப தாழ்ந்தது. "இப்போ புடுங்குங்க"ன்னார். ரெண்டு பேர் அந்தக் கிளையை மேலும் வளைக்க உச்சியிலிருந்த பூவை ஒருத்தி பறித்தாள்.

"இன்னம் வளைங்கடி"ன்னாள் அவள். அதற்கும் கொஞ்சம் உயரத்தில் மூணு பூக்கள் கொத்தாக இருப்பது தெரிந்தது. "ஏய் . . . ." அதையுமா பறிக்க நெனைக்கிறீங்க . . . . கூடாது"ன்னு சொல்லிக்கிட்டே பிடியை விட்டுட்டார். படாரென அவர்கள் பிடியை எல்லாம் விலக்கிக்கிட்டு மரம் நிமிர்ந்துகொண்டது.

"இந்தப் பூ உங்களுக்கு . . . . அந்தப் பூக்கள் மற்ற எல்லாருக்கும்" . . . . அவர் சிரிச்ச அந்தக் கணங்களில் அவர் அழகுமயமாக இருந்தார். எல்லாரும் அந்த அழகில் சொக்கி நின்னுட்டாங்க. உடனே "தேங்ஸ் அங்கிள் . . . . தேங்ஸ் அங்கிள் . . . ." சந்தோஷக் குரல்கள் எழுந்தன.

அந்தப் பூ ரொம்ப அழகாயிருந்தது. இதுவரை பார்த்து அறியாதது. பூவரசம் பூவை விடப் பெரியதாக இருந்தது . . . நிறம் அடர் சிவப்பு . . . . லேசான சிவப்பு . . . . மஞ்சள் . . . . ஊதா . . . . என்ற கலவையில் ரொம்ப அதிசயமாக இருந்தது.

"அழகு . . . .அழகு . . . . பேரழகு மயமாக இருக்கு"ன்னு அவர் நகர்ந்தபொழுது . . . . வேகமாகப் படி ஏறி வந்த காக்கி சீருடைக்காரரைப் பார்த்தார். "தேங்ஸ் அங்கிள் . . . ." "தேங்ஸ் அங்கிள் . . . ."ன்னு கூச்சல் . . . .குதிமாளம் . . . ஆட்டம். காக்கிச் சீருடை திரும்பிக்கொண்டிருந்தார்.

"பஸ் பள்ளத்தாக்கில் ஒரே சீராக ஓடுகிறது. பால் நிலவொளியில் இயற்கையைக் காண பரவசமாகிறது. பஸ்ஸில் அனைவரும் தூக்கத்தில் ஆடிக்கிட்டிருந்தாங்க. நேற்று இரவுப் பயணம் முழுக்க எல்லாரும் லூட்டியடிச்சுக்கிட்டு வந்தாங்க. தூங்கவே இல்லை. காலை ஆறு மணிக்கே குளிச்சு ரெடியாயாச்சு. டிபன், கல்யாணம், விருந்து, சுற்றுலாப் புறப்பாடு சுருளி அருவிக் குளியல் . . . . தேக்கடியில் படிகளில் ஏறி இறங்கி சுற்றிப் பார்த்தது . . . ." குளிர்ந்த காற்றில் மினி பஸ்ஸில் மென்மையான குலுங்கிய ஓட்டத்தில் எல்லாரும் மயங்கிட்டாங்க.

'இந்தப் பயணம் இவ்வளவு சந்தோஷமா இருக்கும்'னு நான் நெனைக்கவே இல்ல . . . .' 'இவ்வளவு சந்தோஷ மயமான பயணம் என் வாழ்க்கையில் இதுவரை சந்தித்ததே இல்லை . . .'

"இந்த சந்தோஷத்திலே ஒரு பெருமை. இந்த இன்ப அனுபவம் எனக்கு மட்டுமே தெரிஞ்சது". "எப்படி அப்படி திடீர்ன்னு நிகழ்ந்தது . . . ."

அவங்களப் பிரிஞ்சு அவர் இறங்கி வர்றத அவரோட வந்தவங்கள்ளாம் பாத்துக்கிட்டிருந்தாங்க

. .: ஆச்சர்யமா அவர்களுடைய கண்கள் அவரை வரவேற்றன.

"ஆசிரியரா இருக்கிறதினால...." மாணவிகளைப் பார்த்தவொடனே . . . அவங்களோட பேசி பழகிட்டு வந்திட்டீங்க"ன்னு அவரோட வந்தவங்க சொன்னாங்க.

"நான் மேனிலைப்பள்ளி ஆசிரியர். அவங்க எல்லாம் காலேஜ் பெண்களாவல்ல தெரியுது . . . ."

"எப்படியோ . . . நீங்கள் ஆசிரியர் . . . அவங்க படிக்கிற புள்ளைங்கதானே . . . .?"

"நான் முழுக்க முழுக்க ஆம்பளப் பையங்களுக்குப் பாடம் சொல்லிக்குடுக்கிறவன் . . . அவங்க பெண்கள் . . . ."

"எப்படியோ.... வாத்தியார் பிள்ளைங்கங்கற தினாலதான் சட்டுன்னு உங்களால அவங்களோட கலந்து பேசிற முடிஞ்சது. . . . . எங்களால எல்லாம் முடியுமா? நெனச்சுக்கூட பாக்க முடியாது"ன்னார் ஒரு ஆம்பளை.

'நான் ஆசிரியர். அவங்க மாணவர்ங்கற தாலேயா அந்த அதி அற்புத உறவு நிகழ்ந்தது . . . .?'

இவர் படி இறங்கினார். "அங்கிள்"ன்னு ஒரு அழுத்தமான குரல். நின்று திரும்பினார். சட்டென மௌனம். இவர் அவங்களைப் பார்த்து மென்மையாகச் சிரித்து கை ஆட்டினார். "வாழ்க"ன்னு

முணுமுணுத்து அவள் கை தட்டினாள். அவ்வளவுதான். 'எங்கள் அங்கிள் வாழ்க' 'எங்கள் அங்கிள் வாழ்க'ன்னு கோஷமும் முறையான கை தட்டலும் தொடங்கின. அவர் ஆனந்தத்தில் படிமீது மெதுவாகப் பறந்து இறங்கினார்.

"அவங்க கல்லூரிப் பெண்கள். கூட்டமா இருக்காங்க. இது மாதரி நேரங்கள்ல இப்படி குறும்பு செய்யறது அவங்களோட இயற்கை'ன்னு மனதில் எண்ணம் தோன்றும் போதே 'இல்லை' 'இல்லை' என்ற எண்ணத்தோடே தலை நிமிர்ந்தார். 'எல்லாத்தையும் ஒண்ணுபோல எடைபோட்ற முடியாது. அவங்க நடந்துக்கிட்டத 'குறும்பு'ன்னு சொல்றது நம்ம பெண்களை கொச்சைப் படுத்தறதுதான். . . . . அவங்க கொஞ்சமும் கலக்கமில்லா அன்போடு சந்தோஷமாயிருந்தாங்க."

'அவங்க பேராசிரியைகள் யாராவது கூட வந்திருக்கணும். இதைப் பார்த்தும் கொஞ்சம்கூட அந்தப் பெண்களை முறைத்தல், அதட்டல், அறிவுரை கூறல் செய்யவில்லையே' ஒரு வேளை அவங்க பேராசிரியைகள் யாரும் அந்த இடத்தில் இருந்திருக்க மாட்டாங்க. . . . .' 'இல்ல! இல்ல! இருந்திருப்பாங்க. . . . ' 'அந்த காக்கி சீருடைக்காரர் . . . . அவர் தோட்டக்காவலர்தானே. . . . . பூவைப் பறிக்கும்போது. . . . . வேகமாகப் படி ஏறி வந்தார். . . . அப்புறம். . . . . ஒண்ணும் சொல்லாமலே. . . . . படி இறங்கித் திரும்பிட்டாரே,. . . .'

'வெறுமன திரும்பல்ல. என்னைப் பார்த்து லேசா சிரிச்சுக்கிட்டே சின்ன வணக்கம் போட்டுட்டு

திரும்பினாரே.... ஏய்..... அதையுமா பறிக்க நினைக்கிறீங்க..... கூடாது. இந்தப் பூ உங்களுக்கு..... அந்தப் பூக்கள் மற்ற எல்லோருக்கும்.....'னு நான் சொன்னதனாலே மட்டுமா அவர் ஒண்ணுஞ் சொல்லாம சந்தோஷமா சல்யூட் அடிச்சிட்டு திரும்பினார்......

நான் எப்படி அப்படிப் போய்ப் பேசி நடந்துக்கிட்டேன்'.... யோசிக்க... யோசிக்கவிடையே கிடைக்க மாட்டேங்கு. விடையை கண்டுபிடிக்க முடியாத நிலை. மனசில வலியே இல்லை. மனம் முழுக்க ஆனந்த வெள்ளம். தழும்பிக்கிட்டிருக்கு. அந்த சந்தோஷந்தான் உண்மையை கண்டுபிடிக்க முடியாம கலக்கிவிடுது..... ஆனால் 'உண்மையை கண்டாகவேண்டும்' என்ற குமிழ் அடி ஆழத்திலிருந்த வந்துகொண்டேயிருந்தது.

'நிச்சயமா அவர்கள் மாணவியர்..... நான் ஆசிரியர்ங்கற எண்ணமே துளியும் அந்த நேரத்தில் எங்கிட்ட இருக்கவே இல்லை. அந்த காட்சியை சுற்றியிருந்தவங்க..... சில குடும்பங்கள் வெளி மாநிலத்தவர்..... வெளி நாட்டினர்..... வித்தியாசமாப் பார்த்து முகஞ்சுழிக்கலையே..... ஒரு இயல்பான அற்புதமாக பார்த்து அவங்களும் ஆனந்தப்பட்டதை நான் பார்த்தேன்......'

பஸ் வேகமாக ஓடியது..... டிரைவரின் முழு கவனமும் சாலையிலும் ஸ்டியரிங்கிலும். ரொம்ப நல்ல விஷயம்..... டேப் போடாமல் வர்றது. நேற்றிலிருந்து இப்போ சற்று முன்பு வரை 'டம்மு'

'டிம்மு'ன்னு பாட்டுக்களைப் போட்டு நொறுக்கிக்கிட்டு வந்தாங்க...... இப்போ பஸ்ஸில் இயல்பான இசையும் காற்றின் மென்மையான தாளமும்தான் 'இவங்கள்லாம் தூங்கறதும் அந்த இன்பத்தை சுதந்திரமா நான் நெனச்சு ஆனந்தப்படறதுக்கு நல்ல வாய்ப்பா போச்சு.....'

"ஓங்க சார் யாரு கூடவும் பேசாத ஒரு கூச்ச சுபாவி'ன்னு நெனச்சுக்கிட்டிருந்தோம்.... நல்லா ஜாலியா பேசுவார் போலிருக்கே....."ன்னு பக்கத்து வீட்டுப் பெண்கள் அப்போ என் மனைவிட்ட கேட்டாங்களாம்.....

'நான் வலிய போயி பெண்களிடம் பேசறது இல்ல. . . . ஆனா இவங்க கிட்ட போயி பேசினேனே....' காரணம் அவருக்குள் விளங்கற மாதிரி இருந்தது.... அவர் முகத்தில் ஒளி படர்ந்தது. .....தம்பி மகள், கொழுந்தி மகள், தங்கை மகளோடு போய் மிரட்டி கலாட்டாப் பண்ணி பேசுவார். அதுகள் அத விட இவர மிரட்டி அதட்டிப் பேசுங்கள். 'அந்தப் பெண்கள் எல்லாம்' தம்பி பொண்ணு.... கொழுந்தி பொண்ணு.... தங்கை பொண்ணு மாதரி தெரிஞ்சிருக்கலாம்....'

'எல்லாமே தம்பி பொண்ணு கொழுந்தி பொண்ணு தங்கை பொண்ணுன்னு நெனச்சுட்டா சந்தோஷ மயம் தானே.....'

ஏதோ நகர் வழியா பஸ் போகுது. வியாபார விளக்குகள்.....சின்ன நகருக்கேற்ப விளம்பர விளக்குகள்.... வண்டி நிதானமாகப் போனது.

தெரு விளக்குகளை நோக்கி கையை உயர்த்திப் பிடிச்சு நேரம் பார்த்தார். மணி 9.10 தான் ஆகியிருந்தது.

அந்தப் பெண்களோடான உறவு ஆனந்த மயமானது. பூரணமானது. “ஏய் பூக்களையா பறிக்கப் போறீங்க. . . . ?” அந்த நினைவுகளில் இவர் கண்களில் ஆனந்தக் கண்ணீர். பெண்களைப் பார்த்து ‘ஏய்’ன்னா. . . . ஒடனே “என்ன ஒம் பெண்டாட்டின்னு பாத்தியா ‘ஏய்’ ‘ஒய்’ங்கிற”ன்னு படக்குன்னு கோபப்படுவாங்க. ஆனா அதுகள் ‘எங்களுக்கு பூப் பறிச்சு குடுங்க’ன்னு ஒண்ணு போல் சிணுங்கின. . . . . அடம் பிடித்தன. அதுகள்லாம் ‘அங்கிள்’ ‘அங்கிள்’ன்னு கொஞ்சின.

‘தம்பிமகள். . . . . தங்கை மகள். . . . . கொழுந்திமகள் போலங்கற விடை சரியில்லை’ மனசில் எரிச்சல். ‘இந்த விஷயத்த இத்தோட தள்ளிட்டு. . . . ஆக வேண்டியதைப் பார்க்க வேண்டியதுதான். . . . . னு எண்ணித் தலை நிமிர்ந்தார். மனம் தாவிக் குதிக்கிறது. . . .’ எப்படி நான் அவ்வளவு உயரம் தாவிக் குதித்து அந்த உயரமான கிளையைப் பிடித்தேன். முதல் முறை தோல்வியுற்று. . . . . ரெண்டாவது முறை பிடித்திருந்தால் நல்லாயிருந்திருக்காது. . . . முதல் ஜம்பிலேயே பிடித்துவிட்டேன்’.

‘இந்த எண்ணங்கள் போதும். . . . வேறு ஏதாவது யோசிப்போம். . . . .’ மனைவி தூங்குகிறாள். பின்னால் திரும்பிப் பார்த்தார்.

பெண்கள் ஒருவர் மீது ஒருவர் சாய்ந்து குண்டக்க மண்டக்க கிடக்கிறார்கள். 'பால குமாரி ரொம்ப அழகு. காரணம்..... அவங்களுடைய வளமான ஆகிருதி..... இல்லை. அவங்களோட இனிமையே இயல்பான அணுகுமுறைகள்..... ரெண்டுந்தான்'

'சீ..... இது அசிங்கமான போக்கு,'

'அந்த இளம் பெண்களில ஒருத்தியின் நிறம் என் சுமதியின் நிறமா..... சாயலாயிருந்தது. நான் கண்ணாடியில பார்த்து சிரிச்சுக்கிடுவேனே..... அதுமாதிரி அவள் சிரிச்சாள்.....'

பாலத்தின் மீது பஸ் போகுது. நில வொளியில் வெள்ளப் பிரவாகம் தகதகன்னு மின்னுது..... இவருக்குள் கண்ணீர் திரண்டது. காரணம்..... பூரணமான காரணம்..... ஒளிப் பிளம்பாக அவர் முன் மின்னியது..... முன் பக்கம் தலையை சாய்த்தார். கண்ணீர் கசிந்தது. ஆழ் மனதில் ஊற்றெடுத்த அந்த உண்மையை மேல் மனசிற்கு கொண்டுவர ரொம்ப கூச்சமாயிருந்தது. 'அங்கிள்' 'அங்கிள்' என்ற ஆங்கிலச் சொல்லின் உண்மையான பொருள்தான் என்ன?

அழகு அழகு மயமான அந்த தேவதைகள் எல்லாம் அவரை ஆரத் தழுவிக்கொண்டு 'அப்பா' 'அப்பா'ன்னு அவர் கண்ணீரைத் துடைத்துக் கொண்டிருந்தார்கள்.

ஓம் சக்தி தீபாவளி மலர், நவம்பர் 1999

காதலோட்டம்

மனசுக்கு ரொம்ப நெருக்கமான மனுஷியா இருந்தாங்க. 'பளிச்'ன்னு அடையாளம் தெரிஞ்சிருச்சு. 'இவ எப்படி இங்க வந்தாள்?' அவள் சிரிச்சாள். ரொம்ப அழகாக இருந்தாள். கூட்டம் ஏற்பாடு பண்ணினவங்க இவங்க ரெண்டு பேரையும் பாத்துக்கிட்டிருந்தாங்க.

"இவங்க எங்க ஊருக்காரங்க"ன்னு அவங்களுக்கு அவர் அறிமுகப்படுத்தினார். "வா வீட்டுக்குப் போகலாம். எங்க வீடு இங்கதான் இருக்கு"ன்னு அவள் கூப்பிட்டாள். இவரும் கூட்டம் ஏற்பாடு செய்தவர்களும் முழிச்சாங்க.

ஒரு ஆட்டோவை ஏற்பாடு பண்ணினாள். ரெண்டு பேரும் ஏறிக்கிட்டாங்க. அவளுடைய வெளிர் பச்சை நிற முந்தானை இவர் மடியில் விழுந்தது. அவள் மீதிருந்து இதமான வாசனை வந்து இவரைக் கவிந்தது. அவள் போக வேண்டிய இடத்தை டிரைவருக்குச் சொன்னாள். மடியில் கிடக்கும் வெளிர் பச்சை முந்தானை இவருக்குள் என்னவோ செய்தது. ஆட்டோ வேகமாகப் பாய்ந்தது.

இவர் பக்கம் அவள் திரும்பியபோது இவர் பேந்தப் பேந்த முழிச்சுக்கிட்டிருந்தார். -அவர் கை முந்தானையில் பட்டுவிடாமல் கைகளைத் தூக்கிக்கிட்டு ஆட்டோவின் ஓட்டத்தில் -அவள்-மீது- சாய்ந்துவிடாமல்-கட்டுப்படுத்திக்கிட்டிருந்தார். அவள் தன் முந்தானையை எடுத்து மடியில் போட்டுக்கிட்டு அடக்கிக்க முடியாமல் சிரித்தாள்.

"எப்படி கூட்டத்துக்கு வந்தீங்க?"ன்னு இவர் கேட்டார். "ஓம் பேர தட்டி போர்டுகள்ள பாத்தேன்... போய் பாத்துற வேண்டியதுதான்னு வந்தேன். அது சரி 'ங்க' போட்டுப் பேசுற. . . . நான் ஒன்ன 'நீ' 'வா'ன்னுதாம்பா பேசுவேன்...."

சிரிச்சான். 'இவன் இன்னும் அதிர்ச்சிகளிலிருந்து வெளிவரல. எப்படி முந்தானை இவன் மடிமேல போய் விழுந்தது'ன்னு தெரியல . . . . . நான் வேணும்னு பட விடலப்பா'

"கூட்டத்தில எம் பேரச் சொல்லியெல்லாம் பேசினே".

".... ம்...."

"அது சரி. . . . நானா ஒனக்கு ஜாதி வித்தியாசமெல்லாம் சொல்லிக் குடுத்தேன்?"

"....ம்...."

"என்ன எல்லாத்துக்கும் '....ம்....ம்'ன்னு பூம்.. பூம் மாடு மாதிரி தலையாட்டிக்கிட்டிருக்கெ.... எல்லாம் ஓம் மொத காதலி. . . அந்த அருமந்த

நாயகி. கிறுக்கு சுப்பையன் மக லட்சுமிதான். ஒனக்கு ஜாதியையும் சொல்லிக் குடுத்திருக்கணும். . . . ஆனா கூட்டத்தில நொண்டிக் கருப்பன் மகள் லட்சுமிதான் எனக்கு ஜாதி வித்தியாசத்த மொத மொத சொல்லிக் குடுத்தாள்னு அப்பட்டமா புளுகிட்டயே. . . ."

இவங்க ஊர் பள்ளிக்கூடமே ஒரே ஒரு ஹால்தான். அஞ்சு வகுப்புகளும் அதிலேதான். ஒரே கரும்பலகை. ஒரே ஆசிரியர்தான். இவன் மூணாவது வகுப்பு. சு.லட்சுமியும், க. லட்சுமியும் ரெண்டாவது. சு. லட்சுமிய இவனுக்கு ரொம்பப் பிடிக்கும். அவள் கொஞ்சற மாதிரி சிரிப்பாள்; பேசுவாள். பேசும் போது அவள் உதடு நெளியறதும் கன்னத்தில குழி விழறதும் இவனுக்கு ரொம்பப் பிடிக்கும். அவள் பூனை. இவள் குரங்கு. அவள் சிவப்பு. இவள் கருப்பி. இவள் பளிச்சின்னு கலர் கலரா கவுண் போட்டிருப்பாள். அவள் சின்னப் பாவாடை சட்டை போட்டிருப்பாள். இவளுக்கு மாட்டுப் பல். அவளுக்கு அரிசிப்பல். இவள் ஊளை மூக்கி. அவளுக்கு மூக்கே வடியாது. இவள் கெட்ட கோவக்காரி. அவள் சாந்த சொரூபி.

சு. லட்சுமி சட்டையில சைடு பை இருக்கும். அதில ஒடஞ்ச சிலேட்டுக்குச்சிகள் போட்டிருப்பாள். இவன் குச்சிகளை தொலச்சுட்டு அவகிட்ட வாங்கித்தான் எழுதுவான். ஒரு நாள் அந்தப் பையில அவிச்ச மொச்சப் பயறு போட்டுத் தின்னுக்கிட்டிருந்தாள். இவன் அவளிடம் கையேந்தினான். அவள் கண்ணைத் திருதிருன்னு

முளிச்சுக்கிட்டு தலைய அங்கிட்டும் இங்கிட்டுமா ஆட்டினாள்.

"எங்கிட்ட எத்தனை நாள் கம்பரிசி, நனஞ்ச புளியமுத்து வாங்கித் தின்னுருக்கெ. . . குடு. . . குடு. . . "ன்னு இவன் நெருங்கி அவசரப்படுத்தினான்.

அவ தலையை ஒரேயடியா குலுக்கினாள்.

"அப்போ நான் குடுத்த கம்பரிசியையும் புளிய முத்தையும் ஒடனே கக்கணும் கக்கு"ன்னான்.

"நான் ஒனக்கு குடுக்கக் கூடாது. . . "

'ஏன். . . .?'

"நீ மேல் சாதி. நாங்க கீழ் சாதி"

'சாதியா?' முழிச்சான்.

"ஆமா. எங்க ஆத்தாதான் சொல்லிச்சு. நீ ஒங்க ஆத்தாகிட்ட போயிகேளு. . . "

"ஜாதியை சொல்லிக் கொடுத்தவள் சு. லட்சுமிதான். நொண்டிக் கருப்பன் மகள் லட்சுமிண்ணு சொல்லிட்டேன்"

இவ அப்போ ரொம்ப ரொம்ப துடுக்கு. சிலேடு புத்தகங்களை தூக்கி எறிவாள். ஆம்பளப் பயகளக் கூட் மொத்திவிட்டிருவாள். சார்ட்ட இவ அடி வாங்காத நாளே இருக்காது. சாரு இவளுக்கு 'ருத்திரகன்னி'ன்னு பேரு வச்சிருந்தாரு. இவளோட நான் பேசறதே இல்லை. ஆனா இவதான் வலிய

வலிய வந்து பேசுவாள். நாலாவது படிக்கும்போது அவ வீட்டிலேர்ந்து அவிச்ச கிழங்கு பயறுகளக் கொண்டுட்டு வந்து "தின்னு. தின்னா நீ ஒண்ணும் அழுகிப் போக மாட்டே"ன்னு குடுப்பாள்.

"என்ன உம் முன்னு இருக்கே?"

"எப்படி நீ கூட்டத்துக்கு வந்தே?"

"அதான் அப்பதையே சொல்லிட்டேனே".

"அது. . .நான் தான்னு எப்படி முடிவு பண்ணே?"

"நீதான் இப்போ தமிழ் நாட்டிலே ரொம்ப பிரபலமாயிட்டேயே. . . பெரிய டவுன்கள்லே நீ பேசறத வால்போஸ்ட்டர்கள்லே பாத்திருக்கேன். இந்த ஊருக்கும் எப்போதாவது வருவேன்னு நெனச்சேன். . . ."

ஆட்டோவிலிருந்து இறங்கினார்கள்.

"இவ என் மகள். ரெண்டாவது. டென்த் படிக்கா. . . மூத்தவன் மகன். இவங்க அப்பா ஆபீஸிலேயே வேல குடுத்திருக்காங்க. . . . அவங்க அப்பா இறந்திட்டது தெரியுமில்ல. . . ."

". . . . ம். . . . எவ்வளவு நாளாச்சு?"

"செப்டம்பர் வந்தா. . . . ஆறு வருஷம் ஆகப் போகுது. . . ."

"பையனக் காணோம்"

"இன்னும் ஆபீஸ்லேர்ந்து வரல. ஆபீஸ் முடிஞ்சு நண்பர்களோட அரட்டையடிச்சு. . .

சுத்திட்டு எட்டு டு ஒன்பது கம்பியூட்டர் கிளாஸ்க்கு போய்ட்டு ஒன்பது மணிக்கு மேலதான் வருவான்..."

"வீடு ரொம்ப அழகாயிருக்கு"

"வா. . . . வந்து பாரு. . . ."ன்னு வீட்டைக் காட்டினாள். பூஜை அறை, ஸ்டோர் ரூம், சமயலறை . . . பார்த்திட்டு இந்த அறையில வந்து "உக்காரு"ன்னு குஷன் போட்ட நாற்காலியைக் காட்டினாள்.

அவன் முன் பக்கம் பார்த்தான்.

"அங்கே எழில் படிச்சிகிட்டிருக்காள்".

இங்கே மெத்தைகளோடு கூடிய கட்டில், பெரிய பீரோக்கள், டிரஸ்ஸிங் டேபிள், மேஜை, நாற்காலிகள், டிவி, ரேடியோ இருக்கு. இவனும் எதிரில் அவளும் இருக்காங்க.

முக லட்சணமாயிருக்காள். வளமான கன்னம், மூக்கு, முழி கருப்பு நெறம்னாலும் பாக்க ரொம்ப இதமாயிருக்காள். இவள் கருப்பு நிறமில்லை; புது நிறம்; மாநிறம், இவளோட நிறமே அழகுதான். காதுக்கு மேல ரெண்டு பக்கமும் வெள்ளை முடி பளிச்சுன்னு தெரியுது. வயதிற்கேற்ற கனமான ஒடம்பு. 'கனமான ஒடம்பு'ன்னு இதைச் சொல்ல முடியாது. 'கம்பீரமான.... பெண்மை அழகு'

"ஜாதிக் கலவரத்தில நம்ம ஊரு ரொம்ப அல்லாடிப் போயிருக்குன்னு சொன்னாங்க..."

".... ம்...."

"நீ நம்ப ஊர்ப் பக்கம் எப்ப போன?"

"அஞ்சு வருஷத்துக்கு முன்ன. சித்தப்பா மகனோட மகனுக்கு மொட்டை போடறதுக்குப் போயிருந்தேன்...."

"அதென்ன... ஜாதிக் கலவரத்த வரவேற்கற மாதிரி ஓம் பேச்சு இருந்ததே...."

"ம்...." சிரிச்சான்.

"சும்மா சொல்லு... நான் ஒண்ணும் ஓம் பேச்ச புரிஞ்சுக்க முடியாத அளவுக்கு கூமுட்டையில்ல...."

"ஜாதி நம்ம நாட்டில ரெண்டாயிரம் வருஷமாப் படிஞ்சிருக்கிற அழுக்கு... அது நீதி போதனையில கரைஞ்சு போயிராது.... நாலடி போட்டு கசக்குனாத்தாம் போகும் போலயிருக்கு...."

"ஏய்...." கத்தினாள். அவள் கண்கள் அவனப் பெருமையாப் பார்த்தது.

"என்னை ஒனக்கு எப்பவுமே பிடிக்காது" அவள் சொன்னாள்.

"நீ அடிக்கிறவள்ல...."ன்னான். அவள் விழுந்து விழுந்து சிரித்தாள்.

இவளும் இவளைச் சேந்தவங்களும் கண்மாயில் கிழக்கே குளிச்சுக்கிட்டிருந்தாங்க., இவன் தண்ணிக்குள்ள கூடியே போயி.... அவள்

பின்பக்கம் கிள்ளிட்டு தண்ணிக்குள்ள கூடியே திரும்பி வந்து மேற்கே குளிச்சுக்கிட்டிருந்த இவன் கூட்டத்தோட சேந்துக்கிட்டான்.

குளிச்சு முடிச்சுட்டு டவுசரப் போட்டுட்டு பயகள்லாம் கலுங்கிலேர்ந்து அலகல் வழியா மெதுவா இறங்கிக் கிட்டிருந்தாங்க. இவனும் இறங்க குனிஞ்ச போது 'சப்பு'ன்னு கன்னத்தில அறை விழுந்தது. அலறிட்டான். பல்லக் கடிச்சுக்கிட்டு இவள் நின்னுக்கிட்டிருந்தாள்.

"அடியை எல்லாம் ஏன் தண்டனையா்வே எடுத்துக்கிடணும். . ." அத ஒரு பதிலா. . . பரிசா ஏன் எடுத்துக்கக் கூடாது!"ன்னு சிரிச்சிட்டு "ஒனக்கு கிறுக்கு சுப்பையன் மகளத்தான் ரொம்பப் பிடிக்கும்'ன்னாள்."

"அவ ரொம்ப நல்லவா தெரியுமா!"

"தெரியும். . .தெரியும். . .பயந்தாங் கொள்ளிக் கழுத. ஆம்பளைகளுக்கே. . . . பயப்படற பொட்டச்சிகதான் அழகிகளாத் தெரியுறாளுக".

"அம்மா"ன்னு அவள் மகள் வரவேற்பறை யிலிருந்து எந்திரிச்சு வந்தாள். "நான் டியூஷனுக்கு போய்ட்டு வாரேன்"ட்டு கிளம்பினாள். கிரில் கதவை இழுத்து விட்டுட்டுப்போ. . . வெளிக்கேட்டை மூடிட்டுப்போன்னு சொல்லிக்கிட்டே உள்ளே போய் கேக், மிக்சர் கொண்டு வந்து வைத்தாள்." டீ. . . காபி. . . . எது வேணும்?"னு கேட்டாள்.

"எதுன்னாலும் பரவாயில்லை"

"எது வேணும்'னு சொல்லு".

"டீ".

மகள் டியூசனுக்குப் போய்ட்டாள். மகன் 9 மணிக்கு மேலதான் வருவான். இப்போ **6.50.**

இவனுக்கு டீ குடுத்திட்டு அவளும் உட்கார்ந்து டீயை குடிக்க ஆரம்பிச்சாள். டீயைப் பருகியபடி அவளைப் பார்த்தான். 'இன்னும். . . . அழகாயிருக்காள்; ரொம்ப சுதந்திரமானவள்; துணிச்சல்காரி. . . .'

"நல்லாத் தெரிஞ்சுக்கோ. . . .எப்பவுமே நீ தான் எனக்கு ஆதர்ஸம்! அந்தக் காலத்தில எங்காத்தா கூட. . . .' அந்தக் குருவம்மா ஆத்தா மகன மாதிரி நீ நல்லா படிக்கணும் கண்ணு'ன்னுதான் சொல்லுவாள்."

அந்த லட்சுமி அஞ்சாவது படிக்கும் போதே ஊரை விட்டுப் போய்ட்டாள். இவன் எருமைகளை மேய்ச்சுக்கிட்டிருக்கும் போது வடக்கே பாத்து போய்க்கிட்டிருந்தாங்க. இவன்க் கவனிச்ச லட்சுமியின் ஆத்தா. . . தலைச் சுமைய ஒரு கையால புடுச்சுக்கிட்டே. . . "போய்ட்டு வாரோம் அப்பச்சி"ன்னு கையலச்சது. இதக் கேட்டு முன்னால போன கிறுக்குச் சுப்பையனும் திரும்பி தலைச்சுமையிலிருந்து கையெடுத்து "அப்பச்சி போய்ட்டு வாரோம்"னு கும்பிட்டார். இவன்

கும்புட்டுக்கிட்டே அழுதான். லட்சுமி இவனையே பாத்துக்கிட்டுப் போனாள். அவளோட தோள்ல சிலேட் புத்தகப்பை தொங்கிக்கிட்டிருந்தது. திரும்பித் திரும்பி பாத்துக்கிட்டே போனாள். அப்புறம் அவளப் பார்க்கவே இல்ல. . . .

ஒரு மதியானம் குளிச்சுட்டு புள்ளைகள்லாம் வெளியேறி ஓடினப் பெறகு இவங்க ரெண்டு பேர் மட்டும் தண்ணிக்குள்ளேயேயிருந்தாங்க. . . . .

“அந்தக் கிறுக்குச் சுப்பையன் மகள மறந்திருக்க மாட்டயே?”

அருப்புக் கோட்டை பஸ் ஸ்டாண்டிலே எங்க சின்னைய மகள் வெள்ளரிக்காய் வித்துக் கிட்டிருந்திருக்காள். சித்தாள் வேலைக்குப் போய்க்கிட்டிருந்த கிறுக்குச் சுப்பையன் மகள் அவளப் பாத்து எல்லாரையும் விசாரிச்சாளாம். ‘அந்த அய்யா நல்லாருக்காரா. . . .எங்கேருக்கார். . . . எத்தன புள்ளைக’ன்னு என்னைப்பற்றிக் கேட்டாளாம். போகும் போது கருப்பட்டிப் பலகாரம் வாங்கிக் கட்டாயப்படுத்திக் குடுத்துட்டுப் போனாளாம். பதினஞ்சு வருஷத்துக்கு முன்னே தங்கச்சி சொன்னாள். ‘இத இவ கிட்ட இப்ப சொல்லக் கூடாது. . . .’

சு. லட்சுமியோட வீடு ஊருக்கு தெக்குக் கடைசி. அவங்க போன பெறகு ரொம்ப நாளு அதில பண்ணி அடச்சுக்கிட்டிருந்தாங்க. . . . அஞ்சு வருஷத்துக்கு முன்னே இவன் ஊருக்குப் போயிருந்தப்போ அது இடிஞ்சு கட்ட மண்ணாக்

கெடந்தது. இடிபாடுகளுக்குள்ளேயிருந்து ஒரு வெள்ளரிச்செடி வந்து சுதந்திரமா பூத்து ஆடிக்கிட்டிருந்தது.

‘அஞ்சாவது படிக்கும்போதுதான் அவ வீட்டுக்கு நான் போனேன். ரொம்ப சின்ன வீடு. ஒரு ஓரத்தில் அடுப்பு. பக்கத்திலே குடி தண்ணீர் பித்தளைப் பானை. வீட்டுக்கு முன்னே ரெண்டு மண்பானை நிறைய தண்ணீர். . . . பக்கத்திலே மூணு பண்ணிக் குட்டிகள். . . . அவங்க வளர்க்கறது. வீட்டு மூலை ஒண்ணுல ஒண்ணு மேல ஒண்ணா அடுக்குப் பானைகள். கூரை கைமரத்திலே இவ துணிகளை பொட்டணமா கட்டி தொங்க விட்டிருந்தாங்க. கொடியில இவ ஆத்தா சேலை, இவ அய்யவோட கோமணம். சுவத்து ஆணியில இவளோட காக்கிநிற பைக்கட்டு அழகா. . .அமைதியா. . . .தொங்கிக்கிட்டிருந்தது.’

ஒரு கண்ணாடி எடுத்துக்காட்டினாள். அதன் பின்பக்கத்தைப் பார்க்கச் சொன்னாள். பின் பக்கத்தில ஒரு நல்ல நெறமான ஆம்பளையும் அவன ஒட்டிக்கிட்டு. . . சிரிச்சுக்கிட்டு ஒரு அழகியும் இருந்தாங்க. அவன நெருங்கி லட்சுமி வந்து ‘பாத்தியா?’ன்னாள். அவள ஒரு கையால சேத்து அணச்ச ஒடனே அவன் மேல சாஞ்சு அவன் கன்னத்தில் முத்தமிட்டாள்.

டீயைக் குடிச்சுக்கிட்டே பார்த்தாள். அந்தப் பார்வை கனத்துப் போயிருக்கு. முன்னே ரொம்ப ஒல்லியா கூர்மையாயிருந்தது. அவங்க குடி

தண்ணிக் கெணத்தில இவள் தண்ணி இறச்சுக்கிட்டிருப்பா.... இடையில ஓடை. ஓடையின் இக்கரையில ஒரு கருவேல மரம். அதில கருவேலங்குச்சி ஒடிச்சு அங்கினேயே பல் தேச்சுக்கிட்டு இவன் நிப்பான்.

இவள் தண்ணீர் இறச்சு பானை, குடத்தை விளக்குவாள். கழுவுவாள். மற்றவர்களுக்கு தண்ணீர் இறச்சு ஊத்துவாள். இவன் கருவேலங்குச்சி தேர்ந்தெடுப்பான். ஒடிக்கத் திட்டமிடுவான்... முயற்சிப்பான்... குடத்திலே தண்ணீர் நிறைச்சுக்கிட்டுப் புறப்படுவாள்.... 'போயிராதே... இந்தா ஒடனே வந்திருவேன்'னு சாடையா சொல்லிட்டுப் போவாள்...

'நொண்டிக் கருப்பன் மக என்ன அரேபிக் குதிரை மாதிரி இருக்கா...' 'பிரசிடெண்ட் சங்கையாவும் கார வீட்டு மைனர் பாலசுப்புவும் அவள கை போட்றணும்னு படாதபாடு படுறாங்க...' 'அவள நெருங்கறவங்களுக்கு செருப்படிதான் கெடைக்கும்...' 'திமிர் பிடித்த நாயி' இப்பிடி ஊருக்குள்ள பேசிக்கிடுவாங்க.

அவளுக்கு பதினொண்ணாவது வகுப்பு பரிட்சை விடுமுறை. இவனுக்கு கல்லூரி முதலாண்டு விடுமுறை. விடுமுறைகள் முடியப் போகுது. மாலை 7 மணி. முழுநிலவு நாள். சுகமான தென்றல். அவங்க குடி தண்ணீர் கிணத்துப் பக்கம் இவன் நடந்தான். கிணற்றடியில் ஒரு உருவம் தெரிஞ்சது. வேகமாக நடந்தான். 'அது ஒரு

பெண்ணேதான்' இவன் கால்களில் நடுக்கம். 'கடவுளே அது லட்சுமியாக இருக்கணும்' மனசில் தீ. 'கடவுளே அது லட்சுமியா இருக்கக் கூடாது. என்னைக் காப்பாத்து' மனசில் சஞ்சலம்.

வேகமாக முயன்று முன்னேறினான். உடம்பு பற்றி எரிந்தது. . . . அவளேதான். வாய் உலர்ந்தது. அவள் மூக்குத்தியில் நிலவொளி பட்டுச் சிதறுது. அவள் இவனைப் பார்க்கிறாள். நெருங்கினான்.

"இவள மாதிரி அழகி இந்த ஊர்ல வேற யாருங் கெடையாது. . . ." 'வேற எங்கேயுங்கூட நான் பார்த்ததில்ல. . . .' நல்ல உயரம். எடுப்பான தோற்றம். என்ன பேசறது'ன்னு யோசிக்க முடியல . . பேச முடியுமா'ன்னும் தெரியல. . . . தொண்டை, நாக்கு, உதடெல்லாம் ஒரேடியா வறண்டு ஒட்டிப் போயிருக்கு. . . .

"கொஞ்சம் தண்ணி குடு"

வாளியை சிரிச்சுக்கிட்டே எடுத்து கெணத்துக்குள்ள விட்டாள். மெதுவாக கயிற்றை மேலே இழுத்தாள். வாளியை அவள் கையில் தூக்கியவுடன் ரெண்டு கைகளையும் கூட்டி வாயை ஒட்டி வச்சுக்கிட்டு அவள் முன் பணிஞ்சான். . . .

அவங்க ஆளுக தான் இவங்க ஆளுக முன்னாடி கையேந்தி இப்படி தண்ணி வாங்கிக் குடிப்பாங்க 'சும்மா அள்ளிக் குடி'ன்னு அவன் முன் வாளியை வச்சாள்.

'நீயே... .ஊத்திடு....'

'ரொம்ப தாகமா....?'ன்னு ஊத்திக்கிட்டே கேட்டாள்.

உலகம் முழுக்க நிலவொளி. இங்கு அமைதி. அவள் கண்களில் பரிவு. இவன் கண்களில்.

நேரம் நின்றுவிட்டது.

அவள் அசைந்து உயிரூட்டினாள்.

கிணற்றை ஒட்டியிருந்த குளியலறை ஒன்றிற்குள் நுழைந்தாள்.

இவன் குளியலறை நோக்கி நகர்ந்தான். உள்ளே அவள். பெரும் பகுதி மூடிய நிலையில் தகரக் கதவு. கதவருகே சென்றான். கதவைத் தள்ளினான். நகர்ந்தது. அவள் கிழக்கு நோக்கி தரையைப் பார்த்து குனிந்துகொண்டிருந்தாள். நிலவொளி. அவள் மார்பு வரை விழுகிறது. கழுத்தில் வெள்ளை மணி மாலை.... தாவணி சுருங்கி நடுவில் கிடக்கிறது..... மார்பகங்கள் எழுந்து எழுந்து அடங்கிக்கிட்டிருக்கு.

அடி எடுத்து குளியலறை நிலைப்படியில் வைத்தான். அவள் பெருமூச்சு இவன் காதில் விழுந்தது. மூக்குத்தி மின்னல் இவனை மிரட்டியது. அவள் நிமிர்ந்து இவனைப் பார்த்தாள். அடுத்த அடிகள் எடுத்து உள்ளே அவளருகே போனான்.

அவள் முந்தானை நுனியை கையில் அள்ளினான். அதன் வெளிர் பச்சை நிறம் நிலவொளியில் பளபளத்தது. பஞ்சு பஞ்சான நூல்களின் இறுதியில் போடப்பட்டுள்ள முடிச்சுகளில் ஒன்றைப் பிடித்து உருட்டிக்கொண்டே நின்றான். அவனுக்கு எதுவுமே பேச முடியவில்லை. மேற்கொண்டு. . . .?

அவனுக்கு வேர்த்துக் கொட்டியிருந்தது. வேர்வைத் துளிகள் அவனுடைய மூக்கில் முத்தாக கோத்து நிற்பதையும் கன்னங்களில் வழிவதையும் பார்த்தாள். அவள் தன் முந்தானையைப் பற்றினாள். மெள்ள. . . . மிக. . . .மெதுவாக. . . அவனுடைய பிடியிலிருந்து உருவினாள். அவள் வெளியேற விரும்புவதாக அவன் பொருள்கொண்டான். அவன் வெளியேறி வழிவிட்டான்.

அவள் தன் குடம் அருகே போய் இவனை ஏக்கத்தோடு பார்த்தாள். அவள் கண்களில் கண்ணீர். வாளியைத் தூக்கி மீதமிருந்த நீரைக் குடித்தாள். இன்னும் மீதமிருந்த நீரை நெஞ்சில வடித்துக்கொண்டாள். குடத்தை தூக்கி அதன் அடியில் ஒட்டியிருந்த மண்ணை துடைத்து தன் இடுப்பில் வைத்துக்கொண்டு கயிற்றைச் சுருட்டி வாளிக்குள் போட்டு வாளி வளையத்தைப் பிடித்து தூக்கிக்கொண்டு குனிந்தபடி நடந்தாள்.

"நாம பார்த்து ரொம்ப நாளாச்சுல்ல?" இவன் கேட்டான்.

"முப்பத்தி மூணு வருஷம் ஆச்சு...."

"எவ்வளவோ விஷயங்கள்ல.... நீ ரொம்ப மாறியிருக்கெ... ஆனா சில விஷயத்தில துளியும் நீ மாறல.... எனக்கு ஒன்னப் பாத்தா பெருமையாயிருக்கு. பொறாமையாவுமிருக்கு..."ன்னு சொல்லிக்கிட்டே தன் வெளிர்ப் பச்சை நிற முந்தானையை கையில் எடுத்து சுழற்றினாள்.

இவன் எழுந்து கையிரண்டையும் கூப்பி வணங்கினான். "என்ன?"ன்னு எழுந்தபடி சிரிச்சாள்....

'நல்ல வேளை. அவள் என்னைப் பார்த்துக் கும்பிடல.'... நடந்தான்.

ஆனந்த விகடன். தீபாவளி சிறப்பிதழ் 31-10-'99